சாதி
தோற்றமும் வளர்ச்சியும்: ஓர் அறிமுகம்

சாதி

தோற்றமும் வளர்ச்சியும்: ஓர் அறிமுகம்

சுரிந்தர் எஸ். ஜோத்கா

புதுதில்லி ஜவகர்லால் நேரு பல்கலைக்கழகத்தில் சமூக முறைகள் பயிற்று மையத்தில் (Centre for the Study of Social Systems) பேராசிரியராகவும் அதன் தலைவராகவும் பணியாற்றுகிறார்.

சுரிந்தர் ஜோத்கா, வட இந்தியாவில் பஞ்சாப், ஹரியானா மாநிலங்களில் பல்வேறு சமூகவியல் ஆய்வுகளை மேற்கொண்டவர். சாதி, வேளாண்மை, கூட்டுறவு, தொழில் முனைதல், தலித் பிரச்சினை, சமூக மாற்றம், அரசு நிர்வாகம் முதலான பல்வேறு களங்களில் ஆய்வுகள் மேற்கொண்டவர்.

இவரது ஆய்வுகளில் அரசு அதிகாரம், ஊழல், அரசியலைக் களைதல் (1995), கடன், சார்ந்திருத்தல், வேளாண்மையில் மாற்றங்கள் (1995), இந்தியக் கிராமங்களை நூல்களிலிருந்து அறிந்துகொள்ளுதலும் களப்பணி மூலம் புரிந்துகொள்ளுதலும் (1998), இந்தியாவில் பண்பாடும் அரசியலும் பற்றிய சமகாலச் சொல்லாடல்கள் (2001), தேசமும் கிராமமும் (2002), சாதியும் தீண்டாமையும் (2002), பஞ்சாபில் சாதிகளின் கொந்தளிப்புகள் (2003), சமகால வேளாண் தொழிலின் நெருக்கடிகள் (2006), வேளாண் தொழிலின் அமைப்பு முறைகளும் அவற்றின் மாற்றங்களும் (2003) முதலானவை முக்கியமான ஆய்வுகளாகும். கிராம சமுதாயம் (2012) எனும் நூலினைப் பதிப்பித்திருக்கிறார். சுரிந்தர் ஜோத்காவின் பட்டறிவை மைய மாநில அரசுகள் பயன்படுத்தியுள்ளன.

பக்தவத்சல பாரதி (பி. 1957)

மொழிபெயர்ப்பாளர்

நாற்பது ஆண்டுகளாக மானிடவியல் புலத்தில் பங்காற்றிவருபவர். இதுவரை 19 நூல்களை எழுதியும் 11 நூல்களைப் பதிப்பித்தும் மொழிபெயர்த்தும் உள்ளார்.

பாரதியின் 'பண்பாட்டு மானிடவியல்' தமிழ் மானிடவியலின் விவிலியம். 'தமிழர் மானிடவியல்', 'திராவிட மானிடவியல்', 'இன்றைய தமிழ்ச் சமூகம்', 'பண்டைத் தமிழ்ப் பண்பாடு' ஆகிய நூல்கள் தமிழ்ச் சமூகத்தின் இருத்தலைப் பேசுபவை. 'தமிழகப் பழங்குடிகள்', 'தமிழகத்தில் நாடோடிகள்', 'மலைவாசம்', 'வரலாற்று மானிடவியல்' ஆகியவை விளிம்புநிலை, பின்காலனியம் சார்ந்தவை. 'தமிழர் உணவு', 'சாதியற்ற தமிழர் – சாதியத் தமிழர்', 'பண்பாட்டு உரையாடல்' ஆகிய நூல்கள் தமிழ்ச் சூழலில் புதிய விவாதங்களைப் பேசுபொருளாக்கியுள்ளன.

'இலங்கையில் சிங்களவர்' எனும் பாரதியின் மிக முக்கியமான நூல் சிங்கள மரபு தமிழ் மரபிலிருந்து கிளைத்துப் பிரிந்த உருவ நீட்சி என்பதை நிறுவியுள்ளது. 'இலங்கை–இந்திய மானிடவியல்' இந்தப் புலத்தில் மேற்கொள்ளப்பட்ட முதல் ஒப்பியல் ஆய்வாகும். 'இலக்கிய மானிடவியல்', 'பாணர் இனவரைவியல்', 'சங்க காலத் தமிழர் உணவு', 'கி.ரா.வின் கரிசல் பயணம்' ஆகிய நூல்கள் தமிழிலக்கியப் பரப்பில் மானிடவியல் சொல்லாடலை முன்வைக்கின்றன. 'சோழமண்டல மீனவர்', 'நரிக்குறவர்' பற்றிய பாரதியின் இரண்டு ஆங்கில நூல்கள் மேற்குலக அறிஞர்களின் கவனத்தைப் பெற்றுள்ளன. இவருடைய பங்களிப்பிற்காக இதுவரை பதின்மூன்று விருதுகள் வழங்கப்பட்டுள்ளன.

சுரிந்தர் எஸ். ஜோத்கா

சாதி
தோற்றமும் வளர்ச்சியும்: ஓர் அறிமுகம்

ஆங்கிலத்திலிருந்து தமிழில்
பக்தவத்சல பாரதி

காலச்சுவடு பதிப்பகம்

● அன்பார்ந்த வாசகருக்கு,

வணக்கம்.

காலச்சுவடு நூலை வாங்கியமைக்கு நன்றி.

நூலின் உள்ளடக்கம், உருவாக்கம், அட்டைப்படம் இன்ன பிற அம்சங்கள் பற்றிய உங்கள் கருத்துகளையும் ஆலோசனைகளையும் காலச்சுவடு வரவேற்கிறது. தகவல், எழுத்து, வாக்கியப் பிழைகள் தென்பட்டால் கட்டாயம் தெரிவித்து உதவுங்கள். நூல் தயாரிப்பில் கடும் குறைபாடு இருப்பின் மாற்றுப் பிரதி உங்களுக்குக் கிடைக்கக் காலச்சுவடு ஏற்பாடு செய்யும்.

மின்னஞ்சல்: **publisher@kalachuvadu.com**

காலச்சுவடு நாகர்கோவில் தலைமையகத்துக்கும் கடிதம் அனுப்பலாம்.

தங்கள்
எஸ்.ஆர். சுந்தரம் (கண்ணன்)
பதிப்பாளர் — நிர்வாக இயக்குநர்

CASTE by Surinder S. Jodhka

Published in arrangement with Oxford University Press India, New Delhi, translated from the English language

© Oxford University Press 2012

சாதி ❖ ஆய்வு ❖ ஆசிரியர்: சுரிந்தர் எஸ். ஜோத்கா ❖ ஆங்கிலத்திலிருந்து தமிழில்: பக்தவத்சல பாரதி ❖ முதல் பதிப்பு: டிசம்பர் 2022 ❖ வெளியீடு: காலச்சுவடு, 669, கே.பி. சாலை, நாகர்கோவில் 629001

காலச்சுவடு பதிப்பக வெளியீடு: 1100

chathi ❖ Study on Caste ❖ Author: Surinder S. Jodhka ❖ Tamil Translation from English by Bhakthavatsala Bharathi ❖ Language: Tamil ❖ First Edition: December 2022 ❖ Size: Demy 1x8 ❖ Paper: 16 kg maplitho ❖ Pages: 136

Published by Kalachuvadu, 669, K.P. Road, Nagercoil 629001, India ❖ Phone: 91-4652-278525 ❖ e-mail: publications@kalachuvadu.com ❖ Printed at Mani Offset, Chennai 600077

ISBN: 978-93-5523-144-4

எகனாமிக் அண்ட் பொலிடிகல் வீக்லியின்
பதிப்பாசிரியராக இருந்தவரும்
தன் வாழ்வின் இறுதி நாள் வரையிலும்
சமகாலப் பிரச்சனைகள் குறித்தான
கல்விப்புலம் சார்ந்த சீரிய விவாதங்களுக்குக்
களம் அமைப்பதில் அயராது பணியாற்றிவருமான
கிருஷ்ணராஜ் அவர்களின் நினைவுக்கு

பொருளடக்கம்

முன்னுரை	11
நன்றி	17
1. மரபாக வருகிறது சாதி	19
2. அதிகாரமாக நிற்கிறது சாதி	39
3. அவமானப்படுத்துகிறது சாதி	60
4. எதிர்க்க வேண்டியதாகிறது சாதி	80
5. இன்றைய காலத்தில் சாதி	101
பின்னுரை	119
நோக்கீட்டு நூல்கள்	125
கலைச்சொற்கள்	134

அட்டவணைகள்

1. அட்டவணைச் சாதிகளுக்கு எதிரான
குற்ற நிகழ்வுகள் பற்றிய ஒப்பீடு 79

2. பொதுமக்களிடமும், அட்டவணைச் சாதி மக்களிடமும்
எழுத்தறிவு வீதம், 1961-2001 97

3. ஒட்டுமொத்த அரசுப் பணிகளில் அட்டவணைச்
சாதியாருக்கும், எஸ்.சி, எஸ்.டி. அல்லாத சாதியாருக்கும்
தொழில் வாரியாக உள்ள பங்கு விழுக்காடு
(துப்புறவுப் பணியாளர் நீங்கலாக) 99

4. 1999-2000இல் நிலம் வைத்திருந்த எஸ்.சி. குடும்பங்களைப்
பார்க்கும்போது நிலமற்ற / அநேகமாக அதனை ஒத்த
குடும்பங்களின் விழுக்காடு 113

5. பல்வேறு சாதிப் பிரிவுகளில் பணியாளர்களின் வகைகள் 115

6. 1994, 1999, 2004ஆம் ஆண்டுகளில் மத்திய அரசுப் பணிகளில்
எஸ்.சி. பிரதிநிதித்துவம் 116

முன்னுரை

சாதிபற்றி நாம் ஏன் பேச வேண்டும்? ஒவ்வொருவரின் குடும்பத்தையும் சொந்த வாழ்வையும் தாண்டி இன்று சாதி உண்மையிலேயே ஒரு விடயமாக உள்ளதா? ஆம் என்றால், அது யாருக்கு எந்த வகையில் விடயமாகிறது? இந்த 21ஆம் நூற்றாண்டில் சாதிபற்றி நாம் எவ்வாறு பேச வேண்டும்? சாதி சமகால இந்தியாவில் எவ்வாறு மாறியிருக்கிறது? எந்த அளவிற்கு மிஞ்சி நிற்கிறது? இன்றைய நகர சமூகத்திலும், அதன் பொருளாதாரத்திலும் சாதியின் இயக்கம் எத்தகைய அளவெல்லைகளைக் கொண்டிருக்கிறது? சனநாயக அரசியலிலும், அதன் அரசியலாக்கத்திலும் சாதியின் தொடர்பை நாம் எவ்வாறு புரிந்து கொள்வது? சமூகத்தில் சாதியானது அடிப்படைப் பிரதிநிதித்துவத்திலும், இடஒதுக்கீட்டிலும் பாகுபாடுகளை வலுப்படுத்துகிறதா? இன்றைய நவீன தொழிலாளர் சந்தையிலும், முறைசாராத் துறையிலும், பெருநிறுவனப் பொருளாதாரத்திலும் சாதியின் இருப்பு எவ்வாறு பங்காற்றுகிறது?

இத்தகைய வினாக்கள் எளிமையாக, நேர்படப் பேசுபவையாக இருக்கலாம். இருப்பினும், இந்தியச் சமூகத்தில் ஏற்பட்டுவந்துள்ள மாற்றங்களிலும், சாதிபற்றிய நோக்கு முறையிலும் பன்முகப் போக்குகள் உள்ளன. அதனால் இந்தக் கேள்வி களுக்கு எளிய வகையில் விடையளிக்க முடியாது. இந்தச் சிறிய அறிமுக நூல் சாதியின் சமகால யதார்த்தங்களைக் கணக்கில் எடுத்துக்கொண்டு

மேற்கூறிய கேள்விகளையும், சாதிபற்றிய பல்வேறு நோக்கு நிலைகளையும் தீவிரமாகப் பரிசீலிக்கிறது.

சாதிபற்றி நாம் பழக்க வழக்கம், சடங்கு, பாரம்பரியம் அல்லது சமயம் முதலான பல்வேறு கோணங்களில் விரிவாக அணுகலாம். ஆயினும், இந்தச் 'சிறிய' அறிமுகம் சாதியைச் 'சமத்துவமின்மை' எனும் நோக்கில் முதன்மையாகப் பரிசீலிக்கிறது.

சமத்துவமின்மை என்பது மனித சமூகங்களில் அழிக்க முடியாததொரு நோய்க் கூறாக இருந்துவருகிறது. இன்று உலகம் தழுவிப் பல்வேறு நாடுகளிலும் பண்பாடுகளிலும் சமத்துவம், குடியுரிமை, சனநாயக நிர்வாகம், சமத்துவமின்மை ஆகிய இலட்சியங்களுக்கு ஏற்பு அதிகரித்துவந்தாலும், பழைய, புதிய வடிவங்களில் நிலைபெற்றுவருகிறது; வளர்ந்தும் வருகிறது. சமத்துவமின்மையின் பண்டைய வடிவங்களாகிய இனம், சாதி, பாலினம், இனத்துவம் (Ethnicity) முதலானவை காலகதியில் மாறி வந்துள்ளன. ஆனால் மறைந்துவிடவில்லை; இவற்றிற்கு எதிராகப் பல்வேறு நிலைகளில் இடையறாப் போராட்டங்கள் நடைபெற்றுவருகின்றன என்றாலும், இன்றைய சமகால உலகில் சமத்துவமின்மையானது வருவாய், தொழில் சார்ந்த அந்தஸ்து, இவை சார்ந்த பிற வெளிப்பாடுகளால் புதிய புதிய வகையினங்களில் பல்கிப் பெருகிவருகிறது. நாம் முரண்பாடுகளோடு வாழ்ந்துவருகிறோம். சாதி இத்தகைய முரண்பாடுகளில் ஒன்று.

சமூகவியலர்கள் சாதியைப் படிநிலைப்பட்ட 'மூடிய அமைப்பு' என்று அடிக்கடி சொல்வார்கள். இந்த அமைப்பில், பெரும்பாலும் செய்யும் தொழிலின் அடிப்படையில் பிரிக்கப்பட்ட சமூகக் குழுக்கள், திருமணத்திலும் உறவு முறை சார்ந்த நடத்தைகளிலும் மரபு விதித்துள்ள விதிகளைப் பின்பற்றுகின்றன. சாதிகள் சமனற்றவை. இவை சுத்தம் – அசுத்தம் அடிப்படையில் சடங்கியல் தகுதியுடன் படிநிலைப்படுகின்றன. இந்தச் சாதி அமைப்பில் ஒவ்வொரு சாதியினரின் 'தகுதி' அல்லது 'இருப்பு' அவர்கள் யார் யாருடன் பழகலாம், பழகக் கூடாது என்பதைத் தீர்மானிக்கிறது. சாதி அமைப்பில் தீண்டாமை எனும் கருத்தும் செயல்பாடும் ஒருங்கிணைந்த ஒன்றாக உள்ளன.

மற்ற நிறுவனங்கள் அல்லது நடைமுறைகள் போலவே சாதி என்பதும் கால ஓட்டத்தில் மாறிவருகிறது. இன்றைய காலகட்டத்தில் சாதியை நாம் எவ்வாறு அர்த்தப்படுத்திக் கொள்வது என்பதே முக்கியமான கேள்வியாக உள்ளது.

ஆரம்பகாலக் கருத்தாக்கங்கள் முதற்கொண்டு சாதி பற்றிய பேச்சு சமூகவியலருக்கோ பிற சமூக அறிவியலருக்கோ மட்டும் முன்னுரிமையானதாக இருக்கவில்லை. பலதரப்பட்ட காரணங்களால் எண்ணற்றோர் சாதிபற்றி எழுதியுள்ளனர்; அதுபற்றி அக்கறை காட்டியுள்ளனர். சமூக அறிவியல் சார்ந்த கல்வியாளர்கள் இவர்களில் ஒரு சாரார். கல்விப்புல ஆராய்ச்சி மட்டுமே சாதி பற்றிய சொல்லாடலை வடிவமைக்கவில்லை. சமகால முக்கியத்துவங்கள் கொண்ட சமூகச் செயல்பாடுகளோடு சாதியும் தீவிரமாகப் பேசப்பட்டுள்ளது. பண்டைய காலக் கீழைத்தேயவியலர்களின் எழுத்துகள் தொடங்கி, இன்றைய தலித் அரசியல் உரையாடல்வரை இது தொடர்கிறது. இதில் சமூக அறிவியல் புலமை என்பது இதன் அரசியலில் ஏதோ ஒரு வகையில் பின்னிப் பிணைந்த ஒன்றாகக் காணப்படுகிறது. இங்கு சொல்லவருவது, சாதி பற்றிய சமகாலப் புலமை 'சாதியின் அரசியல்' என்பதை மட்டுமே கவனத்தில் கொண்டுவருகிறது என்றல்ல; சாதி போன்ற பொருள்பற்றித் தூய கல்விபுல ஆய்வைச் செய்வது கடினம் என்பதைத்தான்.

இன்றைய காலகட்டத்தில் சாதி என்பது 'இந்திய நவீனத்துவ'த்தில் ஆழமாகப் பின்னிப் பிணைந்துள்ளது என்பதையும் இணைத்தறிய வேண்டும். இதனை இன்றைய பன்முகச் சொல்லாடல்கள்வழி கவனிக்கலாம். 'மரபு', 'பூர்வீகம்', 'பழக்கவழக்கம்', 'சடங்கு சம்பிரதாயங்கள்', 'பின்தங்கிய நிலை', 'விலக்கி வைக்கப்படும் நிலை' முதலான வகையினங்கள் யாவும் வலுவான அரசியல் தாக்கத்தை உண்டாக்குபவை. சாதிக்கு மாறாக முன்வைக்கப்படும், 'வளர்ச்சி', 'முன்னேற்றம்', 'தகுதி', 'ஒன்றிணைத்தல்', 'குடியுரிமை' முதலான இன்றைய கருத்தினங்களும் அரசியல் தாக்கம் கொண்டவை. சாதிக்கும் நவீனத்துவத்துக்குமான இந்தச் சிக்கலான உறவு இன்றைய சாதி பற்றிய விவாதத்தில் மிக முக்கியமான மூலங்களாக விளங்குகின்றன.

இந்தியா பற்றிய சொல்லாடலில் மேற்குலகம் சாதியையும் ஒரு முக்கியப் புள்ளியாகக் கொண்டிருந்தது. எண்ணற்ற முறைகளில் படிநிலைப்பட்ட வேறுபாடுகள் நீண்ட காலமாகவே இந்தியத் துணைக்கண்டத்தில் நிலைபெற்றுவந்துள்ளன. மேற்குலகப் பயணிகள் தம் எழுத்துக்களில் சாதிபற்றிப் பேசியுள்ளனர். '*Caste*' எனும் சொல் போர்ச்சுக்கீசியக் கடல் வணிகர்கள் இந்தியாவின் மேற்குக் கடற்கரைக்கு வந்து வணிகம் செய்தபோது அவர்களின் சொல்லாடலில் தோன்றியது. இதற்குப் பின்னால் கீழைத்தேயவாதிகளும் ஆங்கிலக் காலனி நிர்வாகிகளும்

சாதியமைப்புப் பற்றிய 'கோட்பாடுகளை' உருவாக்கினர். இந்தக் கோட்பாடுகள், இந்தியாவைப் புரிந்துகொள்வதற்கும் மனித சமூகத்தின் படிமலர்ச்சிபற்றி அவர்களிடம் உருவாகிவந்த பார்வையில் பொருத்திப் பார்ப்பதற்கும் அவர்களுக்கு உதவின. சாதிகுறித்த மானிடவியல் கருத்தாக்கங்களின் உருவாக்கத்தில் இந்த ஆரம்பகால எழுத்துக்கள் பெருமளவில் செல்வாக்கைச் செலுத்தின எனலாம். சாதியையும் இந்தியச் சமூகத்தையும் பற்றிய இக்கோட்பாடுகள் இந்திய மரபு பற்றிய தேசியவாதக் கற்பனைகளை உருவாக்கவும் உதவின எனலாம். இந்தியாவின் சுயம் பற்றிய தேடுதலில் இவை காலகதியில் ஒரு கூறாகவே ஆகின.

1950களுக்குப் பிறகு ஏற்பட்ட பொருளாதார வளர்ச்சியாலும், சனநாயக அரசியலால் விளைந்த நிறுவனங்களாலும் இந்தியச் சமூகம் ஒவ்வொரு தளத்திலும் உருமாற்றம் அடைந்துள்ளது. இருப்பினும் சாதியின் எதார்த்தம் இன்னும் மறையவில்லை. பல இடங்களில் சாதிக் குழுக்கள் கிடைமட்டத்தில் தம்மைச் சாதிச் சங்கங்களாக உருமாற்றிக்கொண்டன; அரசியல் பலமாகவும் காட்டிக்கொண்டன. இதனால் படிநிலையும் சமத்துவமின்மை யும் இன்றுங்கூடப் பல்வேறு நிலைகளில் மறுகட்டமைப்புப் பெற்றுள்ளன. இன்னொரு வகையில் சொல்வதானால், சாதியானது உயிர்ப்புடனும் உந்துசக்தியுடனும் உள்ளது. அது கணிசமான அடையாளத்தைக் காட்டுவதோடு சிலருக்கு வாய்ப்புகளையும், பலருக்கு இழப்புகளையும் ஏற்படுத்துகிறது. சாதியானது தேய்வதற்குப் பதிலாக அதன் இருப்பு பொதுவெளி யில் வளர்ந்து வருகிறது என்றும் பலர் வாதிடுகின்றனர்.

இச்சூழலில் சாதியானது ஊக்கத்துடனும் ஆர்வத்துடனும் ஆராய்வதற்கான களமாகவே உள்ளது. சமூகவியல், சமூக மானிடவியல், வரலாற்றியல், அரசறிவியல், பொருளியல் முதலான துறையினர் மட்டுமல்லாது எழுத்தாளர்களும்கூடச் சாதியின் பல்வேறு பரிமாணங்களை எழுதியுள்ளனர். மேலும், இவர்கள் பன்முகக் கருத்தாக்க முறைகளுடனும், அரசியல் உணர்திறன்களுடனும் விவாதிக்கின்றனர். கடந்த காலத்தின் ஊடாகச் சாதியானது சனநாயக அரசியல் செயல்பாடுகளில் ஒரு முக்கியக் கூறாக இருந்துவருகிறது. அரசின் இட ஒதுக்கீட்டுக் கொள்கையும், சாதிச் சமூகங்களின் அரசியல் ரீதியான அணிதிரட்டலும் இன்று இந்தியாவில் சாதிக்குள்ள 'மதிப்பை' மாற்றியுள்ளன. சாதி இன்று பொதுக் கொள்கை வகுப்பதிலும் முக்கியமாகிறது. வளர்ச்சிக்கான அரசும், உலகளாவிய நிதி வழங்கும் அமைப்புகளும், வறுமை – விலக்கப்படுதல் ஆகிய

இரண்டுக்கும் உழைக்கும் குடிமைச் சமூகக் குழுக்களும்கூடச் சாதியை ஒரு முக்கியக் கூறாகவே அணுகுகின்றன.

இந்தச் சிறிய அறிமுக நூலானது சமகால இந்தியாவில் சாதியின் பன்முகக் களங்களை ஆராய்ந்து அறிமுகம் செய்கிறது. சாதி பற்றிய எழுத்துக்களைப் பரிசீலிக்கிறது. ஆனால் இந்த எழுத்துகள் பற்றிய மதிப்பீடாகவோ அல்லது ஆய்வுப் போக்குகளைப் பற்றிய அலசலாகவோ மட்டும் இந்நூல் நின்றுவிடவில்லை. இந்நூல் சமூக அறிவியல்களில் சாதியின் மாறிவரும் போக்குகளை, அர்த்தங்களை உணர்த்த முயல்கிறது. கடந்த ஒரு நூற்றாண்டாக அல்லது அதற்கும் சற்றுக் கூடுதலான காலகட்டத்தில் இதுபற்றிப் பிரபலமாகப் பேசப்பட்டவற்றையும் கவனத்தில் கொள்கிறது. இந்த விவாதங்களை நான் எளிதில் புரிந்துகொள்ளும்படியான மொழியில் வழங்க முயற்சித்துள்ளேன். சாதியின் அரசியல் களங்களிலும் மற்ற விடயங்களிலும் பல்வேறு நிலைகளில் முரண்பட்டுக் கிடக்கின்ற கருத்துக்களை ஒத்திசைந்து காட்டும் முயற்சியை மேற்கொண்டுள்ளேன். இத்தகைய முயற்சியில் ஏற்படும் இடர்பாடுகளைக் கவனத்துடன் கையாண்டுள்ளேன்.

நன்றி

இந்தியாவில் பணியாற்றும் சமூகவியலரா னாலும் இந்தியாவைக் குறித்து ஆய்வு செய்யும் சமூகவியலரானாலும், சாதி எனும் விஷயம் பற்றிய அடிப்படையான எழுத்துக்களை ஓரளவு தெரிந்துவைத்திருப்பது கட்டாயம். இதன் தொடர்ச்சியாக ‘சாதிக்கு என்ன நிகழ்கிறது’, ‘இந்திய அரசு அதனை எவ்வாறு கையாள வேண்டும்’ எனும் அரசியல் சார்ந்த நிலைப்பாடு நம்மிடம் மாறாமல் தோன்றும். இருப்பினும், இந்த இக்கட்டான நிலையைப் பொருட்படுத்தாமல் சாதி பற்றியும், அதன் சமூக அரசியல் அசைவியக்கம் பற்றியும் சமகால இந்தியாவில் அவசியம் அறிய வேண்டிய களம் உள்ளது என நான் உணர்கிறேன். சாதியின் பரந்துபட்ட மாற்றங்கள் பற்றிய கள ஆவணங்களையும் அதன் புறவெளிப்பாடுகள் உருமாற்றங்கள் இவைபற்றிய அறிவார்ந்த விவாதங்களையும் துணைகொண்டு இந்தப் பணியை முன்னெடுக்க வேண்டும்.

இந்தச் சுருக்கமான அறிமுகமானது சாதிபற்றிய என்னுடைய ஆய்வின் பயனாக விளைந்திருக்கிறது. கடந்த ஒரு தசாப்தத்திற்கும் மேலாக நான் மேற்கொண்ட களப்பணி ஆய்வுகள் தவிர, சக அறிஞர்களுடன் நான் மேற்கொண்ட விவாதங்கள், இடைவினைகள் மூலம் நான் அறிந்துகொண்டவை ஏராளம். இதற்காக கன்ஷியாம் ஷா, ஆந்த்ரே பெத்தேய்ல், தீபங்கர் குப்தா, குர்பிரீத் மஹாஜன், குர்ஹர்பால் சிங்,

டி.என். தனகரே, பி.என். பிம்ப்ளே ஆகியோருக்குக் குறிப்பிட்டு நன்றி சொல்ல வேண்டும். சுகதியோ தொராட், சுதா பய், கோபால் குரு, ஜேம்ஸ் மனார், சதீஷ் தேஷ்பாண்டே, ஜான் ஹேரிஸ் இவர்களோடு நான் உரையாடிப் பெற்றுக்கொண்டது அதிகமாகும். தலித்துகள் பற்றிய என்னுடைய கேள்விகள் எனது பார்வையை மாற்றியமைத்தன. மைத்ரேயி தாஸ், மார்டின் மக்வான், ரம்யா சுப்பிரமணியன், ஆனந்த் போலிமரா, சோபின் ஜார்ஜ், பால் திவாகர் முதலானவர்கள் வளர்ச்சி மற்றும் சமூகம் சார்ந்த கொள்கை வகுப்பிற்கும் சாதிக்குமான உறவைச் சிந்திப்பதற்குப் பெரிதும் உதவினார்கள். நான் பணியாற்றும் சமூக அமைப்புகளுக்கான மையத்தின் சக ஆசிரியர்களான விவேக் குமார், ஜி. சீனிவாஸ் இருவரும் கையளித்த விவாதங்கள் மிகவும் பயனுள்ளவை.

என்னுடைய கல்விப் பணியில் என் மனைவி சிநேகா அளிக்கும் ஆதரவு வெகுமதியானது. என் எழுத்துக்களைப் படித்துக் கருத்துகள் சொல்வதால் எனது சிந்தனை பொலிவுறு கிறது. விவாதங்கள் வளமடைகின்றன. எழுத்தாளரும் நீண்டகால நண்பருமாகிய ஜஸ்பிரீத் சிங் இந்நூலின் முந்தைய வடிவத்தைப் படித்துக் கருத்துகள் சொன்னார். என் மாணவர்களான அனசுவா சாட்டர்ஜி, உஜித்ரா பொன்னையா இருவரும் இந்த நூலினை உரிய காலத்தில் முடிக்க உதவினர். இவர்கள் அனைவருக்கும் நன்றிகள்.

1

மரபாக வருகிறது சாதி

பத்தொன்பதாம் நூற்றாண்டின் பிற்பகுதியில் மக்கள்தொகைக் கணக்கெடுப்பு (குடிமதிப்பு) நடந்தது. அதனை அந்த அமைப்பின் இந்திய ஆணையர் மேற்பார்வை செய்துகொண்டிருந்தார். அப்போது வங்கத்திலிருந்து ஒரு புகாரைத் தெரிவித்தார். 'பாமர வகுப்பாருக்கு தங்களது சாதி என்று எதைக் குறிப்பிட வேண்டுமென்று தெரியவில்லை. தாங்கள் செய்யும் தொழில், கிளைச்சாதி அல்லது குலம் அல்லது சக கிராமத்தாருக்குத் தெரியும் பெயர்கள் முதலானவற்றில் ஏதாவது ஒன்றின் மூலம் குடிமதிப்பில் தங்கள் சாதியைக் குறிப்பிட்டனர்.' ஆனால் அடுத்தடுத்து வந்த மக்கள்தொகைக் கணக்கெடுப்பும், மக்களிடம் தங்களின் சாதியை அடையாளப்படுத்தச் சொல்லி எவரெவரோ கேட்டுக்கொண்டதும் மக்களைத் தங்கள் சாதியை முறையாக அடையாளப்படுத்துவதற்குப் பயிற்றுவித்துவிட்டன. (சார்ஸ்லே 1996: 3).

இந்தியாவுக்கேயுரியதும் மேற்கத்திய சமூகங்களிலிருந்து மரபான இந்தியச் சமூகத்தை வேறுபடுத்துவதுமான ஓர் சமூக உறவு முறையைக் குறிக்கும் 'கேஸ்ட்' என்னும் சொல் இந்தியாவில் தோன்றியதல்ல என்பது ஒரு விசித்திரமான முரண். Caste என்பது ஸ்பானிய 'casta' எனும் சொல்லிலிருந்து வந்தது என்பது அனைவரும் அறிந்ததே. இதன் பொருள் அம்மொழியில் 'இனம்' (race) என்பதாகும். போர்ச்சுக்கீசியக் கடல் வணிகர்கள் 15ஆம் நூற்றாண்டில் இந்தியாவின் மேற்குக் கடற்கரைக்கு வந்தபோது இச்சொல்லை இந்தியச் சூழலில் பயன்படுத்தினர். பரவலான புரிதலின்படி பார்த்தால் சாதி என்பது இந்துக்களின்

பண்டைய நிறுவனமாகும். இது மனுஸ்மிருதியில் கூறப்பட்டுள்ள வர்ணம், கருமம், தருமம் ஆகிய கருத்துக்களின் அடிப்படையில் உருவானது. இது தூய்மை தீட்டு அடிப்படையில் ஒரு படிநிலைச் சமூகமாக உருவாக்கப்பட்டது. வர்ண முறையானது இந்துக்களை ஒன்றுக்கொன்று தனித்ததான நான்கு பிரிவுகளாகப் பாகுபடுத்துகிறது. அவை: பிராமணர், சத்திரியர், வைசியர், சூத்திரர். இந்த நான்கு பிரிவுகளுக்கும் அப்பாற்பட்டவர்கள் அச்சூத்துகள் (*achhoots* = தீண்டத்தகாதவர்கள்). இந்த நான்கு / ஐந்து பிரிவினரும் சமூகத் தகுதியின் படிநிலையில் வெவ்வேறு இடங்களில் நிற்கிறார்கள். பிராமணர் மேல் படியிலும், மற்றவர்கள் மேற்கூறிய வரிசையில் அடுத்தடுத்தும், அச்சூத்துகள் அடிமட்டத்திலும் நிற்கிறார்கள்.

இந்த 'வழமையான' பார்வையின்படி, சாதியானது ஓர் அனைத்திந்தியச் சமூக அமைப்பு; மிகச் சிறிய வேறுபாடுகளுடன் அல்லது வேறுபாடுகளே இல்லாத அளவிற்கு அனைத்துப் பிரதேசங்களிலும் இது இருந்தது. பல நூற்றாண்டுகளைக் கடந்த பின்னரும் இது மாறாமல் நிலைபெற்று வந்துள்ளது. இது தான் தோன்றிய பண்டைய காலம் முதல் ஆங்கிலக் காலனியாட்சி வரை நீடித்தது. காலனிய காலத்தில் புதிய சமூக, பொருளாதார முறைமைகள் உருவாக்கப்பட்டன. மேற்கத்தியமயமாதல் / நவீனமயமாதல் முறைகளால் புதிய அசைவியக்கம் உந்தப்பட்டது. 1947 விடுதலைக்குப் பின்னர் இந்திய அரசு முன்னெடுத்த மதச்சார்பற்ற கல்வி முறையாலும், நகரப் பண்பாட்டின் செல்வாக்காலும் சாதி மெல்ல தேய்ந்தது. தந்திரசாலிகளான அரசியல்வாதிகள் மட்டும் சாதாரண மக்களின் 'சாதியென்ற ஆதி உணர்வைத் தங்களின் குறுகிய அரசியல்,தேர்தல் லாபங்களுக்காகத் தூண்டிவிட்டுத் திரட்டாமலிருந்திருந்தால் சாதி கிட்டத்தட்ட காணாமல் போயிருக்கும் என்றும் வாதிடப்படுகிறது.

இதற்கு எதிரான பார்வையும் பரவலாக உள்ளது. மேற்கூறிய விடயங்களை ஆழ்ந்து ஆராய்ந்தவர்கள், இந்தியாவில் சாதி இன்றும் ஏதோ ஒரு வடிவத்தில் தொடர்ந்து வாழ்ந்துகொண் டிருக்கிறது என்பதே. இந்துக்களின் மனதில் பெறுமதியான எந்தக் கருத்தியல் மாற்றமும் ஏற்படவில்லை என்பதைக் காட்டுவதாகக் குறிப்பிடுகிறார்கள். இந்தியாவில் நவீனமயமாதல், வளர்ச்சி சார்ந்த செயல்பாடுகள், சனநாயக நிர்வாகம், மதச்சார்பின்மை யாவும் மேலோட்டமாகவே உள்ளன. சாதியின் அடிப்படை குணங்களாகிய சமத்துவமின்மையும், சமூக விலக்கலும் (*social exclusion*) பெருமளவு தொடர்ந்து கொண்டிருக்கின்றன.

மேற்கூறிய கருத்துகள் யாவும் சாதியின் சிக்கலான எதார்த்தத்தை மிகவும் எளிமைப்படுத்திப் பேசுகின்றன. சாதியின்

வாழ்வனுபவமும், சமூக அறிவியல்களின் சாதி பற்றிய ஆராய்ச்சியும் முரண்பாடுகளைக் காட்டுகின்றன. இந்தியாவில் சாதியமைப்பும் அதன் மாற்றங்களும் இவற்றை நிரூபிக்கின்றன. சாதியின் சிக்கல் அதன் புராதன உருவாக்கத்தில் உள்ளது. முதலாவதாக, கருத்தியல் என்பது உண்மையிலேயே ஒரு முக்கியமான கூறுதான் என்றாலும், சாதியின் இருப்பு சமயம்சார்ந்த நம்பிக்கையையும் தாண்டிச் செல்கிறது. சாதியின் புறச்செயல்கூறு (Materiality) அதன் கருத்தியல் அளவுக்கு – அதனினும் மேலான – முக்கியத்துவம் கொண்டது; சமயம் சார்ந்த நடைமுறையின் விளைவாக மட்டும் சாதியைச் சுருக்கிப் பார்க்க முடியாது.

இந்தியத் துணைக்கண்டத்தில் வாழும் இஸ்லாமியர், கிறித்தவர், சீக்கியர், இன்னும் சொல்லபோனால் பௌத்தர்களிடம் கூடச் சாதியை ஒத்த பிரிவுகள் இருந்தன; இருக்கின்றன என்பது அனைவரும் அறிந்ததே. சாதியின் அமைப்பியல்புகள் சமூகம், பொருளாதாரம், அரசியல் அமைப்புகளோடு நெருக்கமாக உறவாடுகின்றன. இவை உறவுமுறை, அதிகார வெளி, தொழிலாளர் உறவு வரை நீளுகின்றன. மற்ற சமூக நிறுவனங்கள் போல, கருத்தியல் முறைபோல சாதிக்கான உறவுகளும் பரந்த சமூகப் பொருளாதார நிலைமாற்றங்களோடு (transformations) மாறி வந்துள்ளன. இரண்டாவதாக, பொதுவான சில அம்சங்களை விடுத்துப் பார்த்தால் இந்தியத் துணைக் கண்டத்தில் சாதிய உறவுகளின் தன்மையும் செயல்பாடுகளும் பிரதேச வேறுபாடு களைக் கொண்டுள்ளன. பிரதேச வரலாறுகளும், சமூக வாழ்வியல் மாற்றங்களும் சாதியின் உண்மைப் பண்புகளைக் காட்டுகின்றன. மூன்றாவதாக, சாதி என்பது எப்போதும் போட்டியிடும் உணர்வுக்கான நிறுவனமாக இருந்து வந்துள்ளது. இந்தத் துணைக்கண்டத்தில் மேற்கத்திய நவீனத்துவம் வருவதற்கு முன்பே பல்வேறு சமய, மதச்சார்பற்ற இயக்கங்கள் சாதியின் கருத்தியல் நிலைப்பாட்டைக் கேள்விக்குட்படுத்தியுள்ளன. இவ்வகையான நன்கறியப்பட்ட உண்மைகள் ஒருபுறமிருந்தாலும், சாதியின் வெகுசனக் கருத்து நிலைபெற்றே வந்துள்ளது.

இது ஏன் நிகழ்ந்தது? சாதி பற்றிய இந்தக் கருத்து எவ்வாறு வளர்ந்தது? சாதி பற்றிய ஒரு பொதுப்புத்தி உருவாவதற்கு குறிப்பிட்ட ஒரு கோட்பாடு அதிகம் செல்வாக்கு செலுத்தியது ஏன்? இதுபற்றி இவ்வத்தியாயத்தில் காண்போம். முதலில் நாம் இந்தியச் சமூகம் பற்றிய ஆரம்பகாலக் கருத்தாக்கங்கள் அல்லது கோட்பாடுகளைக் கவனிப்போம். இதனூடாக இந்தியத் தேசியச் சிந்தனையாளர்கள் இன்று நாம் புரிந்துகொண்டுள்ளவாறு 'இந்தியா எனும் கருத்து' உருவாகுவதற்கு எவ்வாறு தூண்டப் பட்டனர் என அறிவோம். 'இந்தியா எனும் கருத்து' உருவாக்கத்தில்

ஒரு முக்கியக் கூறு உண்டென்றால் அது 'இந்திய மரபு' (*Indian tradition*) என்பதாகும். இதைத் தாண்டி பல்வேறு கூறுகள் கடந்த காலத்திலிருந்து வந்து கொண்டிருந்தாலும், இந்திய மரபென்பது ஒரு நவீன கட்டமைப்பாகும். இதில் சாதியும் இந்து மதமும் முக்கியமாகின்றன. இந்திய நாகரிகம் பற்றி எழுதப்பட்ட இந்தியவியல் எழுத்துக்களிலிருந்து இது கட்டமைக்கப்பட்டது. 20, 21ஆம் நூற்றாண்டுகளில் உருவான காலனி நிர்வாக அறிக்கைகளும், தேசியவாதக் கற்பிதங்களும் (சமூக, சமய சீர்திருத்த இயக்கங்கள் உட்பட) இக்கட்டமைப்பை வலுப்படுத்தின.

'இந்திய மரபு' என்பதாக சாதி

நீண்ட காலமாகவே தென்னாசியாவின் பல்வேறு பகுதிகளில் வர்ணம், சாதி, ஸட் (*zat*) முதலான பெயர்கள் பயன்பாட்டில் உள்ளன. இவை சமூகத்தில் நிலவி வருகின்ற பிரிவுகளையும், வகுப்பு – தகுதி சார்ந்த படிநிலைகளையும் விளக்குகின்றன. இவை தீட்டு அல்லது தீண்டாமை சார்ந்த கருத்துகளையும் செயல்பாடுகளையும் உள்ளடக்கி நிற்கின்றன. இருப்பினும், சாதி பற்றிய நவீன காலக் கோட்பாட்டாக்கத்தின் வரலாறு என்பது இந்திய நாகரிகம் பற்றி மேற்கத்தியவாதிகளும், காலனியவாதிகளும் மேற்கொண்ட தேடுதலின் ஊடாகவே தொடங்குவதைக் காண்கிறோம்.

ஏற்கனவே குறிப்பிட்டதைப் போல '*caste*' எனும் சொல் ஸ்பானிஷ் சொல்லாகிய '*casta*' என்பதன் ஆங்கில மொழியாக்கமாகும். இதனை இந்தியச் சூழலில் முதன் முதலில் பயன்படுத்தியவர்கள் போர்ச்சுக்கீசியக் கடல் வணிகர்கள். இவர்கள் பயன்படுத்திய இச்சொல்லைப் பல்வேறு காரணங்களுக்காக இந்தியா மீது ஈர்க்கப்பட்ட பிற ஐரோப்பியர்களும் பயன்படுத்தத் தொடங்கினர். இவர்களில் ஆங்கிலேயர்கள் முக்கியமானவர்கள். இவர்கள் இங்குக் காலனிவாதிகளாக வெற்றியடைந்தவர்கள். இதனால் இந்தியச் சமூகத்தையும் பண்பாட்டையும் மிக அதிகமாக எழுதத் தொடங்கினர். இந்தியச் சமூக அமைப்பைக் கோட்பாட்டளவில் அறிய முயற்சி செய்தனர். இது வெறும் கல்விப்புல முயற்சியாக மட்டும் அமையவில்லை. முழுமையாகப் புரிந்துகொள்ள முடியாத ஒரு எதார்த்தத்தை அறியும் முயற்சியாகவே இது அமைந்தது. உள்ளூர் சாதிகளின் படிநிலைகளைத் தம் காலனி நிர்வாகத்தில் பயன்படுத்தினர். அவற்றின் பண்புகள் அடிப்படையில் மக்களை வகைப்படுத்தினர். ஷர்மா சொல்வதைக் காண்போம்.

> . . . ஆங்கிலேயர்கள் சாதிகளின் இருப்பைத் தீவிரமாகப் பரிசீலித்தனர். அடுத்தடுத்த குடிமதிப்புகளில் இந்திய மக்கள்

> அனைவரையும் சாதியாகவே பாகுபடுத்த முயன்றனர். எல்லோரும் ஏதோ ஒரு சாதியைச் சேர்ந்தவர்களாகவே இருக்கவேண்டுமென்றும், சாதி அடையாளமே உண்மையான அடையாளம் என்றும் கருதினர். இத்தகைய முன்னெடுப்பால் சாதி உண்மையானதாகவும் மேலும் வலுப்பெறுவதாகவும் மாறியது (ஷர்மா 2002: 8).

மேற்குலகின் சாதி பற்றிய கருத்துகள் காலகதியில் உருவாக்கப்பட்டது. இதில் கீழ்த்திசையியலார், மிஷினரிகள், காலனி அதிகாரிகள் வெவ்வேறு வகைகளில் பங்களித்துள்ளனர்.

இந்தியச் சமூகத்தைப் புரிந்துகொள்வதற்குச் சிறந்த வழி இந்து மதச் செவ்வியல் நூல்களை வாசிப்பது எனக் கீழ்த்திசையியலார் கருதினர். அதனால் சமஸ்கிருதம் பயின்றனர். 'பண்டிட்டுகள், சாஸ்திரிகள்' துணை கொண்டு அந்நூல்களை விளங்கிக் கொண்டனர். இதன் மூலம் அவர்கள் சாதி பற்றி எளிமையான புரிதலையே அடைந்தனர். மேலும், சாதிகளின் படிநிலை வர்ணத்தின் அடிப்படையிலேயே அமைகிறது எனவும் கோட்பாட்டாக்கம் செய்தனர். இதில் பிராமணர்கள் உயர்நிலையிலும், சத்திரியர், வைசியர், சூத்திரர் அடுத்தடுத்த நிலையிலும் இருந்தனர். இந்தப் படிநிலைக்கு அப்பால் தீண்டத்தகாதார் வைக்கப்பட்டிருந்தனர். இந்தப் படிநிலையில் மக்களின் சமூகத் தகுதியானது தூய்மை, தீட்டு தர்க்கத்தின் அடிப்படையில் அமைந்தது.

செவ்வியல் பனுவல்கள் மூலம் கிடைத்த அறிவு இந்தியா பற்றி உள்ளார்ந்த பல சார்புத்தன்மைகளைக் கொண்டதாக இருந்தது. இதனைக் கோன் (B.S.Cohn) சரியாக விவாதிப்பதைப் பின்வருமாறு காண்போம்.

> இப்பனுவல்களின் கருத்தை ஏற்பதென்பது இந்தியச் சமூகம் அசைவற்றது, காலங்களைக் கடக்காதது, காலத்தால் மாற்றமுறாதது, பிரதேச வேறுபாடுகளற்றது என்றாகிவிடும். கி.பி. 3ஆம் நூற்றாண்டிலிருந்து 18ஆம் நூற்றாண்டு வரை காணப்பட்ட பழக்க வழக்கங்கள் பற்றிய சான்றுகள் இந்தியச் சமூகத்தையும் பண்பாட்டையும் நிர்ணயம் செய்ய உதவுகின்றன. இந்தியச் சமூகம் பற்றிய இந்தப் பார்வையில் பிரதேசத்துக்குப் பிரதேசம் இருக்கும் வேறுபாடுகள் கணக்கில் எடுத்துக்கொள்ளப்படவில்லை; ஸ்மிருதிகள் தந்திருக்கும் (சாதி சார்ந்து) கடைபிடிக்க வேண்டிய விதிமுறைகளுக்கும் தனிமனிதர்கள், குழுக்களின் உண்மையான நடத்தைக்கும் தொடர்பிருக்கிறதா இல்லையா என்ற கேள்வியையும் கேட்கவில்லை. இந்தியச் சமூகம் என்பது ஒவ்வொரு

இந்துவும் பின்பற்றிய விதிமுறைகளின் தொகுப்பு என்றே பார்க்கப்பட்டது (கோன் 1968: 7–8).

இந்தியச் சமூகத்தின் எதார்த்தமோ, சாதியானது வர்ணம் சார்ந்ததாக இல்லை என்பதுதான். அதனால் காலனிய நிர்வாகிகள் இந்தியப் படிநிலை பற்றிய தங்களுடைய புரிதலை மாற்றிக்கொள்ள வேண்டியிருந்தது. தொடர்ந்து அவர்களுடைய ஆட்சிப் பரப்பு விரிந்து சென்று புதிய பிரதேசங்களை அறிய நேர்ந்தபோது அவர்கள் வேறுபாடுகளைக் கண்டனர். குடிமதிப்புக்காக இந்திய மக்களைச் சாதி அடிப்படையில் வகைப்படுத்த முயன்றபோது இதை நன்கு உணர்ந்தனர். வர்ணமுறையானது ஒரு வகைமாதிரி, படிநிலையைக் காட்டும் ஒரு சட்டகம் என்ற அளவில் மட்டுமே பயனுள்ளது. சாதியின் யதார்த்த நிலை மிகவும் வேறுபாடுகளைக்கொண்டதும் சிக்கல் மிகுந்ததுமாகும்; எனவே அதை ஒரு எளிய வகைமாதிரியில் பொருத்திவிட முடியாது.

வர்ணம் பற்றிய கருத்தைச் 'சாதி'யிலிருந்து வேறுபடுத்திக் காண வேண்டும். சாதியானது உண்மையில் ஒரு சமூக அலகு அல்லது ஒரு திடமான அகமணச் சமூகக் குழு எனலாம். வர்ணமானது ஓர் அனைத்திந்தியாவுக்குமான ஒரு அமைப்புமுறை. சாதியோ பிரதேசப் பண்புகளைக் கொண்டது. ஒவ்வொரு பிரதேசத்திலும் அதிக எண்ணிக்கையில் சாதிகளும் அவற்றின் கிளைச் சாதிகளும் உள்ளன. இவை 200 முதல் 300 வரையிலும் செல்கின்றன; இன்னும் கூடுதலாகவும் இருக்கின்றன. சாதிகளின் பெயர்களும் பண்புகளும் பிரதேச வாரியாக மாறுபடுகின்றன. சாதிகளின் எதார்த்தமான பிரதேச வேறுபாடுகளைக் காலனி நிர்வாகிகள் அங்கீகரித்தாலும், இந்தத் துணைக்கண்டம் முழுவதிலும் சாதியின் ஒருங்கிணைந்த தன்மையாக அதன் படிநிலைப் பண்பைக் கண்டனர். இதுபற்றிக் கோன் குறிப்பிட்டதை மீள கவனிப்போம். 'இந்தியா என்பது சாதிகளின் தொகுப்பாகப் பார்க்கப்பட்டது. ஓரிடத்தில், ஒரு காலத்தில் அதன் வெளிப்பாடு மாறுபட்டிருக்கலாம். ஆனால் அனைத்துப் பகுதிகளும் இணைந்ததே இந்தியா. அந்தப் பகுதிகளே சாதிகளாகும்' (கோன் 1968: 16).

காலனிய ஆட்சியாளர்கள், 'இந்தியக் குடிமைச் சமூகத்தின்' உள்ளூர் வடிவமாகச் சாதி இருப்பதாகவும் இந்தியாவின் 'அரசியல் ரீதியான பலவீனத்துக்குக் காரணமாக இருப்பதொரு சமயப்பற்று மிதமிஞ்சிப் போனதுதான் அறிகுறியாக அது உள்ளதாகவும் கருதினர் என்று நிக்கோலஸ் டிர்க்ஸ் வாதிக்கிறார் (2001: 40). கி.பி. 1885 வாக்கில் இந்தியச் சமூகத்தின் அடித்தளம் சாதியே எனக் காலனிவாதிகள் புரிந்துகொண்டதை டிர்க்ஸ்

பேசுகிறார். இந்து மதத்திற்குச் சாதி அடிப்படையாகிறது (சாதிக்கு அது அடிப்படையாகிறது). கூடவே, இந்தியத் துணைக்கண்டம் ஒரு நாகரிகப் பிரதேசம் என்பதற்கும் சாதி அடிப்படையாகிறது (மேலது: 41).

சமூக உறவுகளின் பிரத்யேகமான ஒரு வடிவமே சாதி எனக் கோட்பாட்டாக்கம் செய்த கொண்டிருந்த மேலைப்புல அறிஞர்களில் ஒரு சாராரிடம் இக்காலனிய கருத்து மிகவும் செல்வாக்கு பெற்றிருந்தது. இவர்களில் சிலர் கீழைத்தேயவாதி களின் கருத்துகளையும், காலனி நிர்வாகிகளின் அறிக்கைகளையும் பயன்படுத்தினர். சாதி பற்றிய காலனிய நிர்வாகத்தின் பார்வையும் இந்தியச் சமூகம் பற்றிய அன்றைய அறிவுத் தேர்ச்சியும் (Scholarship) பரஸ்பரம் அவாவி (Overlap) நின்றன. ஓர் எடுத்துக்காட்டு: ஜே.எச். ஹட்டன் இந்தியாவில் நிர்வாகப் பணியை முடித்துவிட்டுத் தாயகம் திரும்பிய பின்னர் கேம்பிரிட்ஜ் பல்கலைக்கழகத்தில் பேராசிரியராகச் சேர்ந்து *இந்தியாவில் சாதி (Caste in India, 1946)* எனும் நூலை எழுதினார்.

கீழைத்தேயவியலர்களிடமும், காலனி நிர்வாகத்தினரிடமும் ஒரு பொதுத் தேடல் இருந்தது. அது இந்தியாவில் சாதியின் தோற்றம் பற்றியது. இந்து மதத்திலிருந்து சாதி தோன்றியிருக்கக்கூடும் எனும் ஊகம் அவர்களுக்கு ஏற்பட்டது. பண்டைக் காலத்தில் ஆரியர்கள் இங்கு வந்த பின்னர் ஏற்பட்ட இனக்கலப்பு, வேலைப் பிரிவினை முதலானவற்றின் படிமலர்ச்சியால் சாதி ஏற்பட்டது என ஊகித்தனர். இந்திய அறிஞர்கள் சிலரும் இவ்வாறே எழுதினார்கள். எடுத்துக்காட்டாக, ஜி.எஸ். குர்யே (G.S. Ghurye) பின்வரும் ஆறு முக்கியக் கூறுகளை அடையாளப்படுத்தினார்.

சமூகத்தின் பகுப்பு முறை: சாதிகள் தத்தம் வாழ்வியலைத் தனித்துவமாக நன்கு வடிவமைத்துக் கொண்ட குழுக்களாகும். ஒரு சாதியைச் சேர்ந்தவர் எனும் அடையாளம் பிறப்பால் ஏற்படுவது. அவராகத் தேர்வு செய்து கொள்வதல்ல. ஒருவருடைய சமூகத் தகுதியானது அவர் வைத்துள்ள சொத்துக்களால் வருவதில்லை; இந்து சமூகத்தில் அவரது சாதி எந்தப் படிநிலையில் வைக்கப்பட்டுள்ளது என்பதைப் பொருத்தே அமையும்.

படிநிலை: சாதிகளுக்குள் திட்டவட்டமான சமூக நடைமுறைகள் உள்ளன. ஒவ்வொரு சாதியும் ஒட்டுமொத்தப் படிநிலையில் ஒரு குறிப்பிட்ட சமூகத் தகுதியைக் கொண்டிருக்கிறது.

சமூக வினைபுரிதலில் கட்டுப்பாடுகள்: சமூக உறவுகளைப் பேணுவதில் இந்து சமூகம் மிகவும் நுண்ணிய விதிமுறைகளைக் கொண்டிருக்கிறது. எடுத்துக்காட்டாக, உண்ணும் உணவை அல்லது குடிக்கும் பானத்தை ஒரு சாதியார் எந்தெந்தச்

சாதியரிடமிருந்து ஏற்கலாம், ஏற்கக்கூடாது என்பதற்கான கட்டுப்பாடுகள் உள்ளன.

சமூக, சமய போதாமைகளும் சலுகைகளும்: கிராமங்களில் ஒரு சாதி அல்லது சில சாதிகளை ஒரே தொகுப்பாகக் காணலாம். இத்தகைய பாகுபாட்டால் அவை சில சலுகைகளை அனுபவிக்கின்றன அல்லது சில போதாமைகளை எதிர்கொள்கின்றன. பிராமணர்களைத் தவிர வேறு எவரும் புனித நடைமுறைகளைச் செய்ய முடியாது. அவ்வாறே, சூத்திரர்களும் மற்ற அடித்தளச் சாதிகளும் புனித நூல்களைப் படிக்கவும் கற்றுக்கொள்ளவும் இயலாது.

செய்தொழில்களில் கட்டுப்பாடுகள்: பொதுவாக ஒவ்வொரு சாதியும் ஒரு குறிப்பிட்ட தொழிலை மரபுரிமையாகச் செய்கிறது; பாரம்பரியத் தொழிலைக் கைவிட்டு வருவாய் அதிகம் கிடைக்கும் பிற தொழில்களில் ஈடுபடுவது முறையல்ல என்று கருதப்பட்டது.

திருமணத்தில் கட்டுப்பாடுகள்: சாதிகள் அகமண முறையைப் பின்பற்றுகின்றன. ஒருவர் அவருடைய சாதிக்குள்ளேயே திருமணம் செய்ய வேண்டும். இருப்பினும், சில விதிவிலக்குகள் உள்ளன. இந்தியாவின் சில பகுதிகளில் மேல்சாதிக்காரர் ஒருவர் கீழ்ச்சாதி குலப் பெண்ணைத் திருமணம் செய்யலாம். இது உறவுமுறை அடிப்படையில் உயர்குலமணம் *(hypergamy)* எனப்படும்.

சாதியெனும் பேசு பொருள் மேற்கத்திய சமூகவியலின் செவ்வியல் எழுத்துகளிலும் இடம்பிடித்தது. புகழ்பெற்ற ஜெர்மானிய சமூகவியலர் மேக்ஸ் வீபர் இந்தியச் சாதி முறையைத் 'தகுதிகாட்டும் குழுக்கள்' *(status groups)* என வாதித்தார். இத்தகைய குழுக்கள் சந்தை அல்லது முதலாளித்துவ உற்பத்தி உறவுகள் ஏற்படாத சமூகங்களில் காணக்கூடியதாக உள்ளது என்றார். தகுதிகாட்டும் குழுக்கள் இனக்குழுச் சமூகத்தைப் போன்றவை; வெளியாருக்கு அவை முற்றிலும் அடைக்கப்பட்டிருக்கும்; ஏதோ ஒரு விதமான 'சமூக கௌரவம்' என்பதைப் பகிர்ந்து கொண்டிருக்கும். ஒரு இனக்குழுவைப் போல, ஒரு சாதிக் குழுவினுள் பிறந்திருப்பதே அதில் ஒருவர் உறுப்பினராவதைத் தீர்மானிக்கிறது. இருப்பினும், பிற இனக்குழுச் சமூகங்களைப் போலல்லாமல் சாதிகள் படிநிலைப்பட்டவை. இப் படிநிலையை அடித்தள சாதியார் ஏற்றுக் கொண்டதென்பதே இதன் முக்கிய பண்பாகும். சாதி என்பது இறுக்கமானது, மாற்றமுறா இயல்பு கொண்டது என்ற கீழைத்தேயவியலாளரின் கருத்தை மேக்ஸ் வீபர் ஏற்றுக்கொண்டாலும், சாதியைப் போன்ற தகுதிகாட்டும் குழுக்கள் இந்தியாவிலோ அல்லது இந்துக்களிடமோ மட்டுமே காணப்படுவதாக அவர் எண்ணவில்லை *(கெர்த்&மில்ஸ் 1948:189,*

ஷர்மா 2002: 12). எனினும் சாதி என்பது படிநிலைத் தகுதியைக் காட்டும் ஓர் அதீதமான வடிவம் என்றார்.

சாதி பற்றிய முறையான கோட்பாட்டுச் சிந்தனையைத் தொடங்கியவர் பிரஞ்சு அறிஞர் செலெஸ்தேன் புக்லே *(Celetin Bougle)* என்பவர்தான். இவருடைய விவாதங்களுக்குக் கீழைத்தேயவியலர்கள், காலனிய நிர்வாகிகள் ஆகியோரின் எழுத்துகள் ஆதாரமாக அமைந்தன. புக்லேவின் கருத்துப்படி சாதி என்பது அடிப்படையில் இந்துக்களிடம் காணப்படும் சமத்துவமின்மையின் (அசமத்துவம்) ஒரு தூய்மையான வடிவ மாகும். இந்த விசித்திரம் இந்தியாவில் மட்டும் காணக்கூடிய தல்ல. உலகெங்கும் காணக்கூடிய கூறுகளின் 'கூட்டிணைப்பு' எனலாம் (புக்லே 1958: 30). சாதி மூன்று மையமான கூறுகளைக் கொண்டது என்கிறார் புக்லே. அவை: மரபான செய்தொழில் நிபுணத்துவம் *(hereditary specialization)*, படிநிலை *(hierarchy)*, ஒதுக்குதல் *(repulsion)*. 'சாதியச் சமூகத்தில் மறவனின் பிள்ளை மறவனாக இருப்பதைப்போல, கருமானின் பிள்ளை கருமானாக இருப்பான்.' புக்லே மேலும் சொல்கிறார்,

> சாதி எனும் சொல் மரபாகச் செய்யும் தொழிலைக் காட்டுவதோடு, சமத்துவமற்ற உரிமைகளையும் சுட்டுகிறது. குறிப்பிட்டுச் சொன்னால், சாதி முற்றுரிமையை மட்டுமல்ல, சலுகைகளையும் கொண்டுள்ளது. பிறப்பினால் ஒருவன் தாங்கமுடியாத வரியைச் செலுத்துகிறான், மற்றவன் தப்பித்துக் கொள்கிறான். நீதியின் கண்களில் ஒருவன் நூறு பொற்காசுகளுக்குப் பெறுமதியானவன் என்றால், மற்றவன் ஐம்பது காசுகளுக்கு மட்டுமே பெறுமதியாகிறான் (மேலது: 8–9).

இதில் மூன்றாவது கூறுதான் மிக முக்கியமானதும் சிக்கலானதுமாகும்.

> சாதி பற்றிச் சொல்லும்போது . . . அதன் இயற்பண்புகள் பல்வேறு குழுக்களைக் கவருவதற்கு மாறாக, ஒதுக்குகிறது எனலாம். சாதி ஒவ்வொன்றும் தன்னளவில் பிரிந்து நிற்கிறது; தனிமைப்படுத்திக் கொள்கிறது; தன் உறுப்பினர்களை மற்ற குழுக்களுடன் உறவாடவோ, வினைபுரிதலுக்கோ மறுக்கிறது . . . சாதியானது சமூகத்தைத் தனித்தனி அலகு களாகப் பிரிப்பதுபோல வடிவமைக்கப்பட்டுள்ளது. அது ஊடுருவிச் சென்று சமூகங்களைப் பாகுபடுத்துகின்றன. சாதிக் குழுக்களை ஒன்றுக்கொன்று எதிரான சிறு துண்டுகளாக்குகிறது. ஒவ்வொரு குழுவினரையும் நேருக்கு

நேராக்குகிறது; பரஸ்பர ஒதுக்குதலால் மற்ற குழுவினரைப் பிரித்து வைக்கிறது (மேலது: 9).

சாதியச் சமூகத்தை இவ்வாறே வரையறை செய்ய வேண்டு மென புக்லே வாதிடுகிறார். 'சாதியானது மரபான செய்தொழில் நிபுணத்துவம் கொண்டுள்ளது; படிநிலைப்பட்டுள்ளது; தன்னளவில் பரஸ்பரம் எதிரெதிரான குழுக்களைக் கொண்டுள்ளது.' "சாதியானது தூய்மையான வடிவத்தில் இந்தியாவில் காணப்பட்டாலும், அது இந்தியாவுக்கு மட்டுமே புதுமையான நிறுவனமல்ல என்று செலெஸ்தேன் புக்லேவும், மேக்ஸ் வீபரும் குறிப்பிட்டனர். இந்த இருவரும் அடிக்கோடிட்டுக் காட்டியதுபோல சாதி வெறுமனே வகுப்பு வேறுபாட்டின் வெளிப்பாடல்ல. அதன் மையக்கூறுகள், அதன் பண்பாட்டு மரபிலிருந்தும் (கௌரவமும் ஒதுக்கலும்), குறிப்பிட்ட நிறுவன அமைப்புகளிலிருந்தும் (மரபான செய்தொழில் நிபுணத்துவமும் படிநிலையும்) பெறப்பட்டவை.

லூயி துய்மோனும் பனுவல் வழியான சாதியும்

*சில காலத்திற்குப் பின்னர் இன்னுமொரு பிரஞ்சு அறிஞர் லூயி துய்மோன் (**Louis Dumont**) புக்லேயின் கோட்பாட்டை விரிவாக்கி ஒரு தீவிரமான பார்வையைக் காட்டினார். அதன்படி, சாதியானது ஒரு விசித்திரமான இந்து நடைமுறை. அது மேற்கத்தியச் சமூகத்திலிருந்து இந்தியப் பண்பாட்டை வேறுபடுத்திக் காட்டுகிறது. மேற்கத்தியச் சமூகம் நவீனமானது; தனிமனிதத் தன்மையையும் சமத்துவத்தையும் கொண்டுள்ளது. இந்தியாவோ மரபான பண்பாட்டைக் கொண்டுள்ளது. இதன் சமூக அமைப்பு வேறுபட்ட விதிமுறைகளின் அடிப்படையில் செயல்படுகின்றது. அவற்றை 'ஒட்டுமொத்தம்' (**totality**), 'முழுமைத்தன்மை' (**holism**) முதலான அணுகுமுறைகளில் காணவேண்டும் என்கிறார் துய்மோன். மரபான சாதியச் சமூகம் 'ஒட்டுமொத்த'த்திற்கு மதிப்பளிக்கிறது என்றால், மேலை நவீன சமூகங்கள் 'தனி நபர்'களுக்கு மதிப்பளிக்கிறது. மேலைச் சமூகங்கள் போலல்லாது இந்தியப் பண்பாட்டில் தனிநபர் சமத்துவம் அடிப்படையானதல்ல. இந்து மனமானது எப்போதும் சமூக வேறுபாட்டையும் அசமத்துவத்தையும் பேணுகிறது (ஹோமோ ஹையரார்க்கிகஸ் நூலிலுள்ளது).*

கீழைத்தேயவியல் அறிஞர்களைத் தொடர்ந்து துய்மோனும் சாதியமைப்பின் கருத்தியல் தளத்தைப் புரிந்துகொள்வதற்கு இந்துச் செவ்வியல் புனித நூல்களைக் கணக்கில் கொண்டார். சாதியின் கருத்தியலில் மையமானது 'படிநிலை' என்கிறார் துய்மோன். இதுவே சாதிகள் சொல்லும் அடிப்படையான

சமூகக் கோட்பாடு என்கிறார். சாதிகளின் தொன்மையையும், அவற்றின் சமயத்தன்மையையும் கணக்கிட்டுப் பார்த்தால், கிறிஸ்து பிறப்புக்கு எட்டு நூற்றாண்டுகளுக்கு முன்னரே இந்துக்கள் அதிகாரத்தையும் சமூகத் தகுதியையும் முழுமையாகப் பிரித்து வைத்திருந்தனர் என்கிறார் துய்மோன். கூடவே, சாதியின் சாராம்சமே படிநிலைதான் என்கிறார்.

துய்மோனின் கருத்துபடி, சாதிய முறையில் உள்ள 'அசமத்துவம்' என்பது மேற்கத்தியர் புரிந்துகொண்டுள்ள 'சமத்துவம்' எனும் கருத்தாக்கத்திற்கு நேர் எதிரானதல்ல. சாதிய முறையானது ஒரு தனி வகையான அசமத்துவத்தைக் கொண்டுள்ளது. இந்தப் படிநிலையும் அசமத்துவமும் இந்து சமய நம்பிக்கை களில் உள்ளார்ந்த வகையில் விதிமுறையாக்கப்பட்டுள்ளன.

இந்த வகையில் பார்த்தால் சாதி முறை என்பது ஒழுங்குப் படுத்தப்பட்ட கருத்துகளும் மதிப்பீடுகளும் கொண்ட ஓர் அமைப்பு என்கிறார் துய்மோன். இதனை அரசியல், பொருளாதார உறவுகளின் நீட்சியென்று பார்க்கக்கூடாது. இன்னொரு வகையில் சொல்வதானால், கருத்தியல் என்பது எஞ்சி நிற்கும் ஒன்றல்ல. மார்க்சியம் சொல்வதுபோல அது மேற்கட்டுமானத்தின் பகுதியல்ல. துய்மோனைப் பொருத்தவரை, கருத்தியல் என்பது ஒரு தன்னாட்சித் தளமாகும். அதனை வேறொரு காரணியோடு சுருக்கிவிடக் கூடாது. அரசியல், பொருளாதார காரணிகளை முதன்மையாகவும் கருத்தியலை இரண்டாம்பட்சமாகவும் கருதக்கூடாது என்கிறார் துய்மோன்.

சாதி பற்றிய கோட்பாட்டாக்கத்தில் புக்லேவின் பங்களிப்பைத் துய்மோன் அங்கீகரிக்கிறார். குறிப்பாக, புக்லே மூன்று மையமான அம்சங்களை இனங்கண்ட திறனைப் பாராட்டுகிறார். எனினும், அடுத்த கட்ட கோட்பாட்டாக்கத்தில் இம்மூன்றையும் ஒன்றாகக் குறைக்க வேண்டுமென்கிறார் துய்மோன். ஒரேயொரு பொது அம்சத்தையும், ஒரேயொரு பொது விதியையும் இனங்காண்பதே கோட்பாடு என வாதிடுகிறார் துய்மோன். அத்தகைய விதிமுறையை 'தூய்மை, தூய்மையின்மை என்பதில் உள்ள எதிர்நிலையில்' மட்டும்தான் காண முடியும் என்கிறார். படிநிலை என்பது தூய்மை தூய்மையின்மைக்கு மேலாக உயர்ந்த நிலையில் நிற்பதாகும். இக்கருத்து அவரது சாதி அமைப்பின் மாதிரிக்கு ஒரு ஆதாரக் கல்லாக இருந்தது. இது சாதி பற்றிய துய்மோனின் கோட்பாட்டில் உள்ள மையக் கருத்தாகும். துய்மோன் மேலும் எழுதுகிறார்.

தூய்மைக்கும் தூய்மையின்மைக்குமான எதிர்நிலைதான் படிநிலை. தூய்மை தூய்மையின்மையைவிட உயர்வானது.

இவ்விரண்டும் தனித்தனியாக வைக்கப்பட வேண்டியதை உணர்த்துகிறது. மேலும், இது வேலைப் பகிர்வையும் சுட்டுகிறது. தூய்மையானப் பணி வேறு, அசுத்தமானப் பணி வேறு. இரண்டும் பிரித்துவைக்கப்பட வேண்டியவை. இந்த இரண்டு எதிர்நிலைகளும் படிநிலைப் படுத்தப்பட்டு ஒன்றாக இயங்குமாறு 'ஒட்டுமொத்த அமைப்பு' (சாதி) வடிவமைக்கப்பட்டுள்ளது (1998: 43).

சாதியின் அமைப்பு ரீதியான தர்க்கம் (structural logic) அதன் படிநிலையாகும். இது தூய்மை தூய்மையின்மை ஆகியவற்றின் எதிர்வில் இருக்கிறது என்கிறார் துய்மோன். இக்கருத்தியல் சமூகமாகப் பிரதிபலிக்கிறது. சாதிய அமைப்பில் இரண்டு துருவங்களாக விளங்கும் இந்த எதிர்வில் பிராமணர்கள் ஒரு முனையிலும், தீண்டத்தகாதவர்கள் மறு முனையிலும் வைக்கப்பட்டுள்ளனர். ஆக, 'சுத்தம்' என்பது தன் தர்க்க ரீதியான எதிர் நிலையை (அசுத்தம்) உடன் வைத்துக்கொள்ளும் போதுதான் அந்த ஒட்டுமொத்தம் (சாதி) முழுமை பெறுகிறது (குப்தா 1981: 2095; மேலும் காண்க: குக்லி 1993: 27—9).

மேற்குறிப்பிட்டவாறு வீபரையும் புக்லேவையும் கடந்து செல்கிறார் துய்மோன். இவர் இந்தியச் சமூகத்தின் விசித்திரமான தன்மையில் ஆர்வங்காட்டினார். கூடவே, இந்திய, மேற்கத்தியச் சமூகங்களின் வேறுபாடுகளை அவற்றின் அடிப்படை விழுமியங்களோடு ஒப்பிட்டுக் காட்டினார். இவ்விரு சமூகங்களிலும் 'தகுதி' (status), 'அதிகாரம்' (power) ஆகிய இரண்டுக்குமான உறவு எவ்வாறு வேறுபடுகிறது என விளக்கு கிறார். மேலை நவீன சமூகத்தில் தகுதி, அதிகாரம் இரண்டும் ஒன்றோடு ஒன்று இணைந்து கொள்கின்றன. இந்தியாவிலோ இவையிரண்டும் வேறுபட்டு நிற்கின்றன என்கிறார் துய்மோன். சாதியச் சமூகத்தில் அரசியல், பொருளாதார ரீதியில் மிகவும் செல்வாக்கு பெற்றுள்ள ஒருவர் சமூகத்தில் உயர்ந்த தகுதியை அடைவதில்லை. அவ்வாறே, சமூகத்தில் உயர்ந்த தகுதி கொண்ட பிராமணர்கள் பொருளாதாரத்திலும் அரசியல் அதிகாரத்திலும் பின்தங்கி இருக்கிறார்கள். துய்மோனின் கருத்துப்படி, இந்தியாவில் பூசகருக்கு (பிராமணர்) அரசனைக் (அல்லது ஒரு செல்வாக்குள்ள சாதியைக்) காட்டிலும் உயர்ந்த இடம்; ஏனெனில் இந்து சமூகத்தில் தகுதிதான் அதிகாரத்தைவிட உயர்ந்தது. இங்குத் தகுதி அதிகாரத்தை ஆட்கொண்டு விடுகிறது. ஆக, சுத்தம், அசுத்தம் ஆகிய இரண்டுக்குமான உறவில் காணப்படும் இயங்கியல் எதிர்நிலைகளே இந்து சாதிய முறைக்கான கருத்தியலாகும் என்கிறார் துய்மோன்.

துய்மோனை மதிப்பிடுதல்

இந்தியச் சாதி முறை பற்றிய துய்மோனின் நூல்தான் *(ஹோமோ ஹையரார்க்கிகஸ்,* 1970) இப்பொருள் குறித்த கல்விப்புல ஆய்வுகளில் மிகவும் செல்வாக்கு செலுத்துகிறது. இருப்பினும், துய்மோனின் கோட்பாடு பெரும் விமர்சனத்துக்கும் உள்ளாகியது. அதற்கு நல்ல பல காரணங்கள் உண்டு. அவற்றைத் தீவிரமாகப் பரிசீலனை செய்வது பயன் தரும். ஏனெனில் மேலை அறிஞர்களின் செவ்வியல் சிந்தனை முறை எவ்வாறிருந்தது என்பதையும், இந்தியச் சமூகம் பற்றிய அவர்களுடைய பொதுவான கருத்துகள் என்ன என்பதையும் இதன் மூலம் அறியலாம்.

துய்மோனின் பிரெஞ்சு நூல் ஆங்கிலத்தில் 1970இல் கிடைத்த பின்னர் உலகெங்குமுள்ள இந்தியச் சமூகம் பற்றிய ஆய்வாளர்கள் விரிவாக விவாதிக்கத் தொடங்கினர். சாதி பற்றிய நூல்களில் இது மிகவும் முக்கியமானதாகத் தொடர்ந்து கொண்டிருந்தாலும், அது பற்றிய விமர்சனங்களும் விரிவாகவும் பரவலாகவும் நிகழ்ந்து வருகின்றன.

சாதி பற்றிய துய்மோனின் கோட்பாடு ஒரு பக்கச் சார்பானது என்று பலரும் குற்றம் சாட்டினர். இது பிராமணர்கள் சொல்ல விரும்பும் கருத்துகளைக் கொண்டுள்ளது; பிராமணப் பார்வை சார்ந்தது என்றனர். துய்மோன் கையாண்ட ஆய்வு மூலங்கள் பண்டைய பனுவல்கள் சார்ந்தவை. அவை பிராமணர்களால் எழுதிப் பாதுகாக்கப்பட்டு வருபவை. அவை ஒரு பக்கச் சார்பு கொண்டவை என்றனர். களப்பணி மூலம் செய்யப்பட்ட கிராம ஆய்வுகளைத் துய்மோன் புறக்கணித்துவிட்டார் எனக் குற்றஞ்சாட்டினர்.

இந்தக் களப்பணி ஆய்வுகள் சாதிய முறை உள்ளூர் அளவில் செயல்பட்ட விதத்தைப் பேசின. அவை துய்மோனின் முன்னெடுப்புக்கு ஒத்திசைவாக இல்லை. இந்தியச் செவ்வியல் பனுவல்கள் கூறும் கருத்துகள் சாதி பற்றிய ஓர் ஒருமித்த, ஒற்றைப் பார்வையைக் காட்டவில்லை (தாஸ் & ஒபராய் 1971). பண்டைய காலத்திலும் இந்தியச் சமூகத்தின் மற்ற கூறுகளைப் போல சாதியும் தொடர்ந்து மாறிக் கொண்டிருந்த ஓர் அமைப்பு என வரலாற்றாசிரியர்கள் குறிப்பிட்டனர். எடுத்துக்காட்டாக, ஒரு பிரதேசத்தில் அல்லது ஓர் அரசனிடம் பிராமணர்கள் பெறும் அந்தஸ்து என்பது அங்கு அவர்களுக்குக் கிடைக்கும் ஆதரவைப் பொறுத்தது. அரசனுக்குப் பூசகர்களாகப் பணியாற்றும் போதும், அங்கு அவர்களுக்கு நில தானங்கள் அதிகம் கிடைக்கும்போதும் உயர்ந்த தகுதியை அடைந்தனர் (காண்க: தாப்பர் 1975; குப்தா 1981).

துய்மோன் தன் கோட்பாடு மீது எழுந்த விமர்சனங்களை இவ்வாறு எதிர்கொள்கிறார். சாதி பற்றிய ஓர் அடிப்படையான கோட்பாட்டுப் புரிதலுக்கு வழிவகுப்பதே அவரது நோக்கம் எனவும், மக்களின் அன்றாட வாழ்வு முறையை விளக்குவது நோக்கமல்ல எனவும் சுட்டுகிறார். சாதி முறையில் நிலவும் படிநிலை என்பது 'ஒரு மனநிலை' என்பார். இது சமூக உறவுகளிலும் வினைபுரிதலிலும் வெளிப்படுவதே சமூகவியலுக்கு முக்கியம் என்கிறார்கள் விமர்சகர்கள். குறிப்பாக, பெர்ரிமன் குறிப்பிடுவது கவனிக்கத்தக்கது. நடைமுறை வாழ்வுக்கு அப்பால் சாதி காணப்படவில்லை. மக்களின் சமூக உறவுகளில் மட்டுமே அது வெளிப்படுகிறது. அன்றாட வாழ்வனுபவங்களில் காணப்படும் சாதி துய்மோன் சொல்ல விழையும் நிலையிலிருந்து மாறுபட்டிருக்கிறது. 'சாதிக்கான மானுட அர்த்தத்தை வாழ்க்கை முறையிலிருந்து காண முடியும். அதிகாரமும் வலிமையின்மையும், சலுகைகளும் அடக்குமுறைகளும், கௌரவமும் களங்கமும், தாராளமும் பற்றாக்குறையும், வெகுமதியும் அவமதிப்பும், பாதுகாப்பும் பதட்டமும் எனச் சாதிய வாழ்வில் அனைத்தையும் காண முடிகிறது' (பெர்ரிமன் 1991: 87–8).

தென்னிந்தியக் கிராமம் ஒன்றில் அடித்தளச் சாதிகளிடம் களப்பணி செய்தவர் ஜோன் மென்ச்சர். சாதி பொருளாதார சுரண்டலுக்கான வலுவான வடிவமாகச் செயல்பட்டதையும் செயல்படுவதையும் ஆய்வு செய்தார். அதனை அடித்தள மக்களின் பார்வையில் முன்வைத்தார் (மென்ச்சர் 1974). கிரிஸ் ஃபுல்லரும் தன் எழுத்துகளில் துய்மோனின் கோட்பாட்டை விமர்சிக்கிறார். துய்மோன் அதிகாரத்தின் உறவுகளைக் குறைத்து மதிப்பிடுவதையும் இவர் சுட்டிக்காட்டுகிறார். மேலும், சாதியானது பொருள் சார்ந்த உலகில் ஏற்படுத்தும் அசமத்துவம், அந்த அசமத்துவத்தைத் தொடரச் செய்வதில் சாதியின் பங்கு ஆகியவற்றை ஃபுல்லர் விவாதிக்கிறார். காலனி ஆட்சிக்கு முந்திய இந்தியாவில் மறுபங்கீட்டு முறையை ஆராய்ந்த ஃபுல்லர், கிராம அளவிலான சாதிய உறவுகள் எவ்வாறு பரந்து விரிந்த அரசியல் அதிகாரத்தோடு சேர்த்து ஒருங்கிணைக்கப்பட்டன என்பதையும் விளக்குகிறார் (ஃபுல்லர் 1977; 1984). பண்டைய காலத்தில் சாதிப் படிநிலைகள் எவ்வாறு பொருள் வளங்களோடு தொடர்பு கொண்டிருந்தன என ஜேம்ஸ் மனோர் விவாதிக்கிறார். ஆக, சாதி என்பது துய்மோன் சொல்வதுபோல மனதில் மட்டும் இல்லை. கருத்துகள், நம்பிக்கைகள், கற்பனைகளிலும் அது இல்லை . . . சாதியும் சாதிப் படிநிலையும் பாரிய அளவில் காணப்பட்டன, காணப்படுகின்றன (மனோர் 2010: xxii).

இன்னுமோர் இந்தியச் சமூகவியலர் ஆந்த்ரே பெத்தேய்லும் துய்மோனை விமர்சிக்கிறார். இந்தியாவுக்கும் மேற்குலகுக்கும்

இடையிலான வேறுபாடுகளைத் துய்மோன் மிகவும் கூடுதலாக ஒப்பிட்டுக் காட்டுகிறார் என்றார் பெத்தேய்ல். இந்தியா முழுமைத்தன்மை, படிநிலை ஆகிய இரண்டையும் பிரதானப் படுத்த, மேற்குலகம் தனிமனிதத்தன்மை, சமத்துவம் ஆகியவற்றை முன்னிலைப்படுத்துகிறது என்கிறார் துய்மோன். இன்றைய எதார்த்தத்தைப் பார்த்தால் துய்மோன் சொன்னது போல இல்லை. இந்தியச் சமூகத்தை ஒருபடித்தான தன்மையுடன் காட்ட விரும்புகிறார் துய்மோன். சாதிகளுக்கு இடையிலான உறவுகளும் படிநிலையும் தூய்மை பற்றிய கருத்துகளால் மேலோங்கி நிற்கின்றன என்ற துய்மோனின் நிலைப்பாட்டை பெத்தேய்ல் மறுக்கிறார். இத்தகைய சமூக உறவுகளில் மண்சார்ந்த, மக்கள் சார்ந்த அர்த்தங்களும் விழுமியங்களும் ஓரங்கட்டப்படுகின்றன என்றும் விமர்சித்தார் (ரஹேஜா 1989: 81).

இவ்வாறிருக்க, துய்மோனின் கோட்பாடு புகழ் பெற்று விளங்குவது ஏன்? இந்தக் கேள்விக்கு அர்ஜூன் அப்பாதுரை ஆர்வமூட்டும் ஒரு பதிலை அளிக்கிறார். துய்மோன் முன்வைத்த ‘படிநிலை’ எனும் கருத்தாக்கம் மூலமாக இந்த மண்ணின் கடந்தகால வரலாறு, இனவரைவியல் மரபுகளின் பன்மைத் தன்மைகளையும், இந்தத் தேசத்தின் பண்பாட்டுப் பன்முகங்களையும் வேறுபாடுகளையும் ஒரு சுருக்கமான முறையில் ஒன்றுபடுத்திச் சுருக்க முயன்றுள்ளார். இரண்டாவதாக, முக்கியமான இன்னுமொரு விடயத்தையும் இது தன்வயப்படுத்தியுள்ளது. துய்மோனின் கோட்பாட்டின் தகுதிப்பாட்டை கேள்விக்குள்ளாக்கினாலும் ‘படிநிலை’ என்பது மறுப்புக்கு இடமின்றி இந்தியச் சமூகத்தின் தனிப்பெரும் தன்மையாகும் (அப்பாதுரை 1988:44–5). இந்த விவாதத்தின் ஊடாக பெத்தேய்ல், இன்னும் சிலருடன் அப்பாதுரை உடன்படுகிறார். சாதி பற்றிய துய்மோனின் கோட்பாடு இந்தியா பற்றிய கீழைத்தேயவியல் அறிஞர்களின் கோட்பாட்டை வலுப்படுத்துகிறது. இந்தியா சமயத்தின் (இந்து மதம்) தேசம் என்பதையும் முன்னிலைப்படுத்துகிறது. இவரது கோட்பாடு மேற்கத்தியருக்கு இந்தியாவை இப்படி அறிமுகப்படுத்துகிறது. இந்தியா மேற்கிலிருந்து ‘வேறுபட்டது’, ‘மற்றமை’யானது (other), வித்தியாசமான நடைமுறைகள் கொண்ட புதுமையான தேசமாகிறது. இந்தியாவின் ஒட்டுமொத்தத்தையும் ஒன்றிணைக்கும் வகையில் அதன் தனித்துவமான சிந்தனை முறை அல்லது நடைமுறை விளங்குகிறது (மேலது: 41). இன்னொரு வகையில் சொல்வதானால் இந்தியச் சமூகப் பண்பாட்டு வாழ்வின் பகுதியாக அமைகிறது. இதனைச் சாதி எனச் சுருக்க லாம். இந்தியாவின் இந்த ‘மற்றமை’ பனுவல்கள் தருவது. சாதியைக் கொண்ட இந்தியச் சமூகம் காலங்காலமாகவே அதன் அகமுரண்களோடு மாறாமல் வந்துள்ளதாக இப்பனுவல்கள்

சொல்கின்றன. இந்தத் தேசத்தின் பூர்வீக மக்கள் மாற்றத்திற்கான எந்த முகமையும் கொண்டிருக்கவில்லை எனும் தோற்றம் ஏற்படு கிறது (இண்டன் 1990: 65). இத்தகைய வாதங்கள், மேற்குலகு இந்தியாவைக் காலனியாக மாற்றியதற்கான நியாயப்பாடுகளை வழங்குகின்றன.

சாதி பற்றிய களப்பணிப் பார்வை:
கிராம சமூகமும் இந்திய மரபும்

பண்டைய பனுவல்கள் மூலம் இந்தியச் சமூகம் பற்றிய ஒரு பார்வை கிடைத்தது. அதற்கு நேர் எதிராகக் களப்பணி மூலம் இந்தியச் சமூக அமைப்பை அறிய முயன்றனர். இதனைச் சமூக அறிவியலர்கள், குறிப்பாகச் சமூக மானிடவியலர்கள் 20ஆம் நூற்றாண்டின் இடைப்பகுதியிலிருந்து மேற்கொண்டனர். பண்டைய செவ்வியல் பனுவல்கள் முன்வைத்த கருத்துகளைச் சரி பார்க்கவும், சமூக மாற்றம், வளர்ச்சி ஆகியவற்றுக்கான கொள்கைகளை வகுக்கவும் விடுதலைக்குப் பிந்திய இந்திய அரசு முனைந்தது.

இந்தியர்களில் 85 விழுக்காட்டினர் 5 மில்லியனுக்கும் மேற்பட்ட கிராமங்களில் வசிக்கின்றனர். ஆகவே இந்தியா பற்றிய விவரங்கள் கிராமங்களை ஆய்வு செய்வதன் மூலம் உருவாக்கப்பட வேண்டுமென்ற சிந்தனை உருவானது. காலனி நிர்வாகிகள் அவர்களுடைய எழுத்துகளில் கிராம வாழ்வைச் சாதியப் படிநிலையோடு இணைத்து எழுதி வந்தனர். இதனையே திரும்பத் திரும்ப செய்தனர். சாதிய உறவுகள் கிராமச் சூழலில் அவற்றின் பண்டைய தன்மைகளோடு செயல்பட்டு வருவதாக ஊகிக்கப்பட்டது. அதனால் இந்தியச் சமூகம் பற்றிய எழுத்து களில் சாதியும் கிராமமும் இணைபிரியாத கூறுகளாக இடம் பெற்றிருந்தன.

நீண்ட காலம் களத்தில் தங்கி ஆய்வு செய்வது செவ்வியல் இனவரைவியலின் அணுகுமுறையாகும். இந்த அணுகுமுறை யுடன் சமூக மானிடவியலர்கள் தன்னந்தனியாக எண்ணற்ற தனிக் கிராமங்களை ஆய்வு செய்தனர். கிராமியச் சமூகத்தில் ஓராண்டு ஈராண்டு என மக்களுடன் வாழ்ந்த இந்த மானிடவியலர்கள் அதன் சமூக, பண்பாட்டு வாழ்வு முறையை விவரித்தனர். இவர்களைப் பொருத்தவரை கிராமம் என்பது ஒரு குடியிருப்பன்று. அது ஒரு முறையியல் பெறுமதியாகும்; மரபான இந்தியச் சமூகத்தை அறியும் நுழைவாயிலாகும். ஒரு மானிடவியலர், கிராமத்தை 'இந்தியாவின் நுண்ணுருவம்' (India in microcosm) என்று எழுதினார் (ஹூபர்ட் 1971: vii). இன்னொரு அறிஞர் 'விலை மதிப்பற்ற உற்றுநோக்கு மையங்களா'ன கிராமங்களில்தான்

இந்தியாவின் – ஏன் உலகத்தின் என்றுகூடச் சொல்லலாம் – சமூக அசைவியக்கங்களையும் சிக்கல்களையும் விரிவாகப் பயில முடியும் என்றார் (ஸ்ரீனிவாஸ்: 1955: 99). கிராமங்கள் 'போர்கள், சாம்ராஜியங்களின் எழுச்சி வீழ்ச்சி, பஞ்சம், பெருவெள்ளம் மற்றும் பல இயற்கை பேரழிவுகளையெல்லாம் கடந்து பல நூற்றாண்டுகளாக வாழ்ந்து' வருவதாகக் கருதப்பட்டது. கிராமங்களின் 'முதன்மையான சமூக, நிர்வாக அலகுகள்'. 'கிராமங்கள் வரலாற்றுத் தொடர்ச்சியையும் நிலைபேற்றையும் கொண்டவை' என்ற இந்த நோக்குதான் கிராமங்கள் குறித்த ஆய்வுகளின் முன்னெடுப்புக்கு வலுசேர்த்தது (தாஸ்குப்தா 1978: 1).

மேற்கூறிய களப்பணிகள் மூலம் 1950, 60களில் ஏராளமான தனிவரைவு நூல்கள் வெளியிடப்பட்டன. இந்தியத் துணைக் கண்டம் முழுவதிலும் உள்ள 'கிராம சமூகங்கள்' பொதுவான பல அம்சங்களைப் பெற்றிருந்தன என இந்த ஆய்வுகள் தெரிவித்தன. கிராமங்களில் இருந்த சாதிகளும் சமூகங்களும் பொருளாதார, சமூக, சடங்கு முறைகளோடு ஒன்றிணைக்கப்பட்டிருந்தன. பொதுக் கட்டுப்பாடுகளோடும், பரஸ்பர ஆதாயங்களோடும் இந்த ஒருங்கிணைப்பு நிகழ்ந்து கொண்டிருந்தது (தூபே 1960: 202).

இந்தியக் கிராமங்களில் சாதிகளுக்கிடையில் நிலவும் சமூக உறவுகளை வைசர் ஆராய்ந்தார். அதனை 1936இல் இந்து ஜஜ்மானி முறை எனும் நூலாக வெளியிட்டார். சாதிகள் பலவும் பரிமாற்ற உறவுகளைக் கொண்டிருந்தன. மேலும், கிராம சமூக அமைப்பு படிநிலைப்பட்டிருந்தாலும் அதன் அடிநாதமான உயிர்ப்பு ஒருவரை ஒருவர் சார்ந்திருப்பதாகும். பல்வேறு சாதி சனங்களிடம் வேறுபாடுகள் உள்ளன. ஆனால் சார்ந்திருத்தல் அவர்களை ஒன்றிணைக்கிறது. இவர்களிடம் நிலவும் பரிமாற்றம் உள்ளார்ந்தும் வெளிப்படையாகவும் நிகழ்கிறது. இவர்களுக்கிடையில் சேவைகளும் ஊழியங்களும் நடக்கின்றன. அவை அனைத்தும் சமமானவை. சுரண்டலற்றவை. இவை மக்களுக்குப் பரஸ்பர நிறைவைத் தருபவை. வைசர் சொல்வது போல 'ஒவ்வொருவரும் மற்றொருவருக்குப் பணியாற்றுகிறார். ஒருவருக்கு எஜமானராக இருப்பவர், மற்றொருவருக்குச் சேவகராக இருப்பார்' (வைசர் 1969: 10).

இத்தகைய ஆய்வுகளுக்குப் பின்னர் 1950, 60களில் கிராமப் புறங்களில் அசமத்துவத்தின் பல்வேறு வடிவங்கள் ஆய்வு செய்யப் பட்டன. இருப்பினும் இந்த ஆய்வுகளும் சாதிகளுக்கிடையே நடந்த பரிமாற்ற உறவுகளையும், அவை செயலளவில் கொண்டிருந்த ஒருங்கிணைப்பையும் ஆராய்ந்தன. கிராமப்புற இந்தியாவில் மிக முக்கிய நிறுவனமாகிய சாதியே அனைத்துச் சமூக உறவுகளைத் தீர்மானிக்கிறது என்பதையும் இவை விளக்கின. மேலும், களப்பணி

மூலம் மிகச் சிக்கலான உண்மைகளும் கண்டறியப்பட்டன. காட்டாக, சாதி இந்தியாவின் பல பகுதிகளில் காணப்பட்டாலும், பிராமணர் தொடங்கி தீண்டத்தகாதவர் வரை அனைவரையும் பல அடுக்குகளாகப் பிரிக்கும் வர்ணம் எல்லா இடங்களுக்கும் பரவவில்லை. கோட்பாட்டு ரீதியாக சாதி ஒரு மூடிய அமைப்பு. 'இதில் சமூகத் தகுதி' மரபாக வருகிறது. அதனைத் தனிநபர்கள் முயன்று பெறுவதில்லை (மஜூம்தார் 1958: 19). சாதிகள் உள்ளூர் அளவில் செயல்படுவதைப் பார்த்தால், அவை வர்ணம் அமைப்பு சொல்வதுபோல இல்லை. சாதிகளுக்கிடையேயான தரவரிசை உறுதியாகச் சொல்லமுடியாததாகவும் விவாதத்திற்குரியதாகவுமாக இருந்தது. இதனால் 'சாதிகளுக்குள் சமூக நகர்வு சாத்தியமானது' (சீனிவாஸ் 1976: 175). பண்டைய பனுவல்கள் காட்டுவதுபோல் சாதியப் படிநிலைகள் கெட்டியாகவோ மூடிய தன்மையுடனோ இல்லை என்பதை விளக்கவே அவர் சமஸ்கிருதமயமாதல் என்ற கருத்தாக்கத்தை வைத்தார். படிநிலையில் உள்ள சாதிக் குழுக்கள் சடங்கியல் ஆசாரங்கள் மூலம் மேல்நோக்கி நகர்ந்து செல்கின்றன என்கிறது அக்கருத்தாக்கம்.

> . . . இச்செயல் மூலம் தாழ்ந்த இந்துச் சாதி அல்லது பழங்குடி அல்லது பிற குழுக்கள் தங்கள் பழக்க வழக்கங்களை, சடங்குகளை, கருத்தியலை, வாழ்வு முறையை உயர்சாதி மக்களைப் போன்று மாற்றிக் கொள்கின்றன. இதன் மூலம் மரபான சாதிப்படிநிலையிலிருந்து மேலேறி விட்டதாக சொல்லிக் கொள்கின்றன (சீனிவாஸ் 1972: 6).

கிராமப்புற வாழ்வில் சமயம், சடங்குகள் சார்ந்த மரபுகளே சமூகச் சட்டகத்தைப் பெரிதும் வடிவமைக்கின்றன. இருப்பினும், இவற்றுடன் நிலவுடைமை போன்ற மதச்சார்பற்ற கூறுகளும் செயலாற்றுகின்றன. சீனிவாஸ் இதனைப் பின்வருமாறு குறிப்பிடுகிறார்.

> தரவரிசைக்கான காரணிகளாகச் சடங்கு, சமயம் அல்லது ஒழுக்கம் சார்ந்தவையே வெளிப்படையாகச் சொல்லப்படுவதால், சமயம் சாராத காரணிகள் மறைக்கப்பட்டுவிடுகின்றன. ஆனால் பின்னதின் தாக்கம் உண்மையானது. எடுத்துக் காட்டாக, சாதிப் படிநிலையில் முன்னேறிச் செல்வதற்கு நிலவுடைமையும் எண்ணிக்கையும் மிக முக்கியம் என்றாலும், உயர்ந்த அந்தஸ்து பெற்றவர்கள் என்பதைச் சடங்குகள், பிற அடையாளங்களின் மூலமாகத்தான் வெளிப்படுத்த வேண்டியிருந்தது.

சீனிவாஸ் வேறொரு இடத்தில் இன்னொன்றையும் சொல்கிறார்: தீண்டத்தகாதார் சமஸ்கிருதமயமாதல் மூலம்

சமூக நகர்வை அடையவில்லை. காரணம் என்னவென்றால் ராம்புரா கிராமத்தில் இவர்கள் நிலமற்ற தொழிலாளிகளாகவும், குத்தகைத்தாரர்களாகவும், அல்லது மிகக் குறைந்த நிலம் வைத்திருப்பவர்களாகவும் உள்ளனர். இவர்கள் கல்வி கற்பதும் மிகக் குறைவே. (சீனிவாஸ் 1959: 3). இவ்வாறே, தூபே ஷாமியார்பேட்டில் தகுதி வேறுபாடுகளுக்கான காரணிகளைக் கண்டறிந்தார். அவற்றில் சாதி, சமயம், நிலவுடைமை, செல்வவளம், அரசுப்பணி, கிராம அமைப்புகளில் பணி, வயது, ஆளுமைப் பண்புகள் முதலானவை அடங்கும் (தூபே 1955: 161). சாதிகள் சில சமயம் மதசார்பற்ற நிலையில் செயல்படுவதையும் தூபே குறிப்பிடுகிறார். அடித்தட்டு வேலையாட்களின் சாதிப் பஞ்சாயத்து தொழிற்சங்கம் போல் செயல்படுகிறது. இதன் மூலம் ஆதிக்கச் சாதிகளிடமிருந்து வேலை வாய்ப்பைப் பெறுவதற்கும், கூலியைப் பேரம் பேசி அடைவதற்கும் முடிகிறது.

களப்பணிப் பார்வையில் ஆராய்ந்த சமூக மானிடவியலர்கள், பண்டைய பனுவல்கள் வழி பேசிய கீழைத்தேயவியல், காலனி நிர்வாகிகள் ஆகியோரின் நிலைப்பாட்டைக் கேள்விக்குள்ளாக்கிய அதே நேரத்தில் 'இந்தியக் கிராமம்' என்பது பூர்வகுடிகளின் வாழ்வு முறையின் உண்மையான பிரதிநிதியாய் விளங்குகிறது என்பதை ஏற்றுக்கொண்டனர். ஆனால் இந்தியச் சமூகம் 'கிராமக் குடியரசுகளின்' சாரம் என்பதே காலனியவாதிகள் கட்டமைத்ததுதான்; அவர்கள் பார்வையில், சாதி என்பது சமூக அமைப்புக்கான இயற்கையான சட்டகம் (natural frame of Social Organization). ஜேம்ஸ் மில், சார்லஸ் மெட்காஃப் முதலானவர்களின் எழுத்துகள் பின்னாளைய இந்தியக் கிராமச் சமூகம் பற்றிய எழுத்துகளுக்கு வழிகோலின. மெட்காஃபின் புகழ்பெற்ற கூற்று இங்குக் கவனிக்கத்தக்கது. இவர் இந்தியக் கிராம சமூகங்களைக் 'குட்டிக் குடியாட்சிகள்' என்றார். இவை பெருமளவு வெளி உலகு சார்ந்திராமல் தமக்கான யாவற்றையும் கொண்டிருந்தன. அவை இழப்பதற்கு ஏதுமில்லை. அரச வம்சங்கள் ஒவ்வொன்றாக வீழ்ந்தன; ஒரு புரட்சி அடுத்த புரட்சியைக் கொண்டுவந்தது; கிராம சமூகமோ அப்படியே இருந்தது (கோன் குறிப்பிடுவதி லிருந்து 1987: 213). சாதியமைப்பு பரஸ்பரம் சார்ந்திருத்தல் என்பதை அடிப்படையாகக் கொண்டது என்பதே இந்தியக் கிராமம் பற்றிய அவரது மையமான கருத்தாகும்.

இந்திய விடுதலை இயக்கத் தலைமையும் இந்தியக் கிராமம் குறித்த காலனியக் கருத்துருவாக்கத்தை ஏற்றுக் கொண்டிருந்தது. மரபான இந்திய வாழ்வு முறையை அதைச் சார்ந்தே விளங்கிக் கொண்டனர் (ஜோத்கா 2002 a). பூர்வீக மக்களின் ஆதாரபூர்வமான வாழ்வின் சாட்சியாகக் கிராமங்கள் திகழ்கின்றன எனக் கருதினர்.

எடுத்துக்காட்டாக, காந்தி பிரிட்டீஷ் இந்தியாவில் அழிந்து கொண்டிருந்த கிராமத்தைப் பெருமைபடுத்தி பேசுவதைக் கவனமாகத் தவிர்த்தார் என்றாலும், கிராம வாழ்வை அதில் இருப்பதாக நம்பப்படும் எளிமை, நம்பகத்தன்மை இவற்றிற்காகக் கொண்டாடினார். ஆனால் இந்த பிம்பமே பெருமளவு இந்திய வாழ்வைப் பற்றிய காலனியவாதிகள் கட்டமைத்துச் சொன்னவற்றி லிருந்து பெறப்பட்டதுதான்.

இந்தியக் கிராமம் பற்றிய இந்த எளிமையான கருத்தாக்கத்தை, சாதி ஒழுங்கை சமூக மானிடவியலர்கள் திறனாய்வு செய்யாமல் ஏற்றுக் கொண்டனர். ஆய்வு முறையிலும் அணுகுமுறையிலும் அவர்களிடையே வேறுபாடுகள் இருந்தாலும், சாதியை 'மரபு' என்றே தொடர்ந்து அணுகினர். இந்த மரபு இந்திய கிராமங்களைப்போலவே பல்லாண்டுகளாக நிலைபெற்று வருவது என்றும் சாதி, சமஸ்கிருதமயமாதல் போன்ற சில மாற்றங்களை அனுமதித்தாலும், அமைப்பு முறையிலும் ஒழுக்க முறையிலும் கட்டுக்கோப்பாக இருந்து வந்துள்ளது. மரபார்ந்த கிராமிய வாழ்வின் மெய்மையாகவும் சாதி இந்துக்களின் சமூக சடங்கியல் வாழ்வின் கூறாகவும் விளங்குவ தாக மானிடவியலர்கள் கருதினர்.

இந்த மானிடவியலாளர்கள், இந்தியச் சமூகம் பற்றிய காலனிய (வாதிகளின்) கட்டமைப்புகளை வரலாற்று உண்மைகளாகவே எடுத்துக்கொண்டனர். மேலும், இந்தியத் தேசமானது சமயங்களாலும் சடங்குகளாலும் நிரம்பியது, சாதியையும் இந்து மதத்தையும் சார்ந்தது, வெளியுலக செல்வாக்கு இல்லாமலும் மாற்றத்திற்கு ஆளாகாமலும் நிலைபெற்று வந்துள்ளது என்ற கருத்தையும் இவர்கள் ஏற்றுக்கொண்டனர்.

சமூக மானிடவியலர்கள் மேற்கொண்ட இந்த கிராம ஆய்வுகள் கிராமப்புற வாழ்வியலை விளக்க வண்ணனை முறையுடன் முன்வைத்தன. அவர்கள் களப்பணியில் கண்ணுற்ற சாதிய உறவுகளைப் படம் பிடித்துக் காட்டினர். சில ஆய்வுகளைக் கூர்ந்து படிக்கும்போது சாதிய உறவுகளின் ஒரு மாறுபட்ட சித்திரத்தைக் கவனிக்க முடிந்தது. சாதியின் அன்றாட வெளிப்பாட்டில் ஆதிக்கமும் அதிகாரமும் மையமாக இருந்ததை உணர முடிந்தது. அடுத்த இயல் சாதி அதிகாரமாகச் செயல்படுவதைப் பேசுகிறது. 'மரபான' இந்தியக் கிராமங்கள் பற்றிய சமூக மானிடவியலாளர்களின் ஆய்வுகளிலுள்ள சாதி சார்ந்த நிகழ்வு ஒன்றின் விவரணை யிலிருந்து இதனைத் தொடங்குவோம்.

2

அதிகாரமாக நிற்கிறது சாதி

> மரபாகவே பிராமணர்கள் ஆதிதிராவிடர்களிடம் நேரடித் தொடர்பு வைத்துக்கொள்வதில்லை. தங்களுடைய நிலங்களைப் பிராமணரல்லாத குத்தகைதாரர்களுக்கு விட்டுவிடுவார்கள். அவர்கள் ஆதிதிராவிடர்களை வேலைக்கு அமர்த்திக் கொள்வார்கள். இன்னும் மற்ற இடங்களிலும் ஆதிதிராவிடர்களை அணுகுவதற்கு பிராமணரல்லாதாரையே சார்ந்திருப்பார்கள். ஆதிதிராவிடர் ஒருவர் தவறு செய்தால் பிராமண மிராசுதாரர் தன் குத்தகைதாரர் மூலம் அவரைச் சேரியிலிருந்து கொண்டு வந்து மரத்தில் கட்டி தண்டிப்பார். ஆதிதிராவிடர்களைத் தண்டிக்கும் முறைகளில் உடலை ஒறுக்கும் அடி உதையே நடைமுறையாக இருந்தது (பெத்தேய்ல் 1996: 168).

இதற்கு முந்திய இயலில் சாதி பற்றிய செவ்வியல் பார்வையை அறிந்தோம். அதன் கருத்துப்படி சாதி இந்திய மரபின் ஒரு பகுதியாகும்; இந்து மதத்தில் அது ஆழமாகப் பொதிந்துள்ள ஒன்றாகும். மரபு என்று சொல்லும்போது அது அசைவற்றது, நூற்றாண்டுகளுக்கும் மேலாக மாறாமல் வருவது என்றே பொருள்படுகிறது. இம்மரபுக்குரிய கிராமம், சாதி ஆகிய இரண்டு பழமையான நிறுவனங்களும் காலனிய காலத்தில் மேற்கத்திய செல்வாக்கால் மாறத் தொடங்கின. அதன் பின்னர் விடுதலைக்குப் பிந்திய சமூக வளர்ச்சி, சனநாயகப்படுத்தல் முதலான திட்டங்களால் அவை மேலும் மாறத் தொடங்கின.

மேற்கூறிய இந்தக் கருத்துகள் தொடர்ந்து நிலவுகின்றன. அண்மைக்காலத்தில் சமூக அறிவியல் ஆய்வுகளும், சமூக இயக்கங்களும் சாதி குறித்த

இத்தகைய புரிதலைக் கேள்விக்குள்ளாக்கின. இன்று பல்வேறு தரப்பினர் வெவ்வேறு விதமான குரல்களை எழுப்புகின்றனர். கல்விப் புலத்திலும், வெகுசன வெளியிலும் மிக அதிகமாகப் பேசப்படும் கருத்தாடல் 'அதிகாரம்', 'அரசியல்' பற்றியதாகும்.

முதல் அத்தியாயத்தில் சொன்னவாறு சாதி பற்றிய செவ்வியல் கோட்பாட்டைப் பல அறிஞர்கள் கேள்விக்குள் ளாக்கினர். இந்தியச் சமூகத்தில் 'தகுதி' என்பது மதக் கருத்தியலால் உருவாக்கப்பட்டது என்றும், அது பொருளாதார அரசியல் எதார்த்தங்களிலிருந்து விடுபட்டுத் தன்னாட்சியுடன் நிற்கிறது என்றும், அதிகாரம் ஆதிக்கம் ஆகியவற்றிலிருந்தும் தனித்து நிற்கிறது என்றும் செவ்வியல் கோட்பாட்டாளர்கள் முன்வைத்தனர். கீழைத்தேயவியல் அறிஞர்களும் இதனை அடிக்கோடிட்டுக் காட்டினர். இந்துக்கள் சமூகத் 'தகுதி'யை அதிகம் மதித்தார்கள். செல்வம், அதிகாரம் ஆகியவற்றிலும் தகுதியே பிரதானமானது எனக் கருதினர் என்பதை இந்த அறிஞர்கள் சுட்டிக் காட்டினர்.

தகுதி, அதிகாரம் ஆகிய இரண்டுக்குமான வேறுபாடு ஒரு கற்பனையான உருவாக்கம் என ஒருவர் வாதிடலாம். படிநிலை, தகுதி இரண்டுமே அதிகாரத்தின் வடிவங்கள்தான். இந்தியாவில் தகுதி என்பது மதத்துடன் இணைந்திருக்கிறது என்பது ஒரு கூடுதலான கருத்தாகும். அதிகாரமும் அசமத்துவமும் அனுபவ முறையில் வேறுபட்டது என்பதை உணர முடியும். எனினும், அன்றாட வாழ்வில் மறுஉற்பத்தி சார்ந்த நடவடிக்கை களில் அதிகாரம், கட்டாயப்படுத்துதல், விதிமுறைகளுடன் செயல்படுதல் (மதக் கருத்தியல் உட்பட) ஆகியவற்றை சாத்தியப்படுத்துவதற்குத் தகுதி தேவைப்படுகிறது.

'அதிகாரமாக நிற்கிறது சாதி' என்பது புத்தம் புதிய கருத்தாக்கமல்ல. சாதியின் அதிகாரத்தைச் சமூகவியலர்கள், சமூக மானிடவியலர்கள், பிற சமூக அறிவியலர்கள் மிக விரிவாகவே ஆராய்ந்திருக்கிறார்கள். 1950, 60களில் சமூகவியலர்களும் சமூக மானிடவியலர்களும் சாதி பற்றிய ஆய்வுகளில் மூழ்கியிருந்தனர். இவர்கள் இந்தியக் கிராமங்களில் தொடர்ந்து வாழ்ந்து தனிக் கிராமங்களை ஆய்வு செய்தனர். சமூக மானிடவியலர்கள் ஏற்கனவே பழங்குடி மக்களைப் படித்தவாறே இங்கும் 'பங்கேற்று உற்றுநோக்குதல்' அணுகுமுறையுடன் படித்தனர். பல ஆய்வாளர்கள் கீழைத்தேயவியல் அறிஞர்களின் அணுகு முறையில் புதிய திறனாய்வுகள் ஏதுமின்றி தொடர்ந்தனர். சிலர் களப்பணி மூலம் உண்மை நிலவரங்களைப் பதிவு செய்தனர். அதில் சாதியின் அதிகார உறவுகளில் அச்சுறுத்தல் எனும் கூறு வெளிப்படுவதைக் காட்டினர்.

கிராமிய வாழ்வு முறையை ஆராய்ந்த சமூக மானிடவியலர்கள் 'ஆதிக்கச் சாதி' எனும் கருத்தாக்கத்தை ஒரு பயனுள்ள விளக்கமுறை ஆய்வுக் கருவியாகப் பயன்படுத்தினர். நேரடிக் களப்பணி சார்ந்த இந்த ஆய்வுகள் மூலம் சில கருத்தாக்கங்களை உருவாக்கவும், சாதிகளின் சடங்கியல் உலகத்தில் அதிகார உறவுகள் காணப்படும் முறைகளைக் கோட்பாட்டாக்கம் செய்யவும் முனைந்தனர்.

சாதி, அதிகாரம், அரசியல் ஆகிய இம்மூன்றும் சமகால முக்கியத்துவம் கொண்டவை. சாதி என்பது இன்றைய சனநாயக தேர்தல் அரசியலில் அடிக்கடி பயன்படுத்தும் சொல்லாகும். பாமர மக்கள் தொடங்கி வெகுசன ஊடகங்களின் தேர்தல் ஆய்வாளர்கள் ஊடாக, தீவிர கல்விப்புல ஆய்வாளர்கள் வரை அனைவரும் சாதியை இந்திய சனநாயக அரசியலில் செல்வாக்கு செலுத்தும் ஒரு முக்கிய மாறியாகவே (variable) பார்க்கின்றனர். சாதிகள் தேர்தல் முடிவுகளைத் தீர்மானிக்கின்றன எனும் வெகுசனக் கருத்து கவனிக்கத்தக்கது. சாதிகள் அழுத்தங்கள் கொடுப்பனவாகவும், அரசாட்சியில் செல்வாக்கு செலுத்துவனவாகவும் உள்ளன. இவை உள்ளூர், பிராந்திய, தேசிய அளவில் தாக்கம் செலுத்துகின்றன. பல்வேறு அரசியல் கட்சிகள் சாதி அடையாளங்களைத் தழுவி ஆரம்பிக்கப்பட்டுள்ளன. அத்தகைய கட்சிகள் சாதியத் தேவைகளை ஒட்டி கட்சி நடவடிக்கைகளையும், தலைமையையும், கருத்தியலையும் வடிவமைக்கின்றன.

மரபான ஊரகச் சூழலில் சாதிக்கும் அதிகாரத்துக்குமான உறவு எப்படிப்பட்டது என்ற ஒரு சமூகவியல் அறிமுகத்தோடு இந்த இயல் தொடங்குகிறது. அடுத்து, இந்த உறவு பற்றிய கோட்பாட்டு அறிமுகத்தைச் சுருக்கமாகப் பேசுகிறது. இறுதியில், இந்தியச் சமூகவியல் அறிஞர்கள் எவ்வாறு சாதியையும் சனநாயக அரசியலையும் அணுகுகிறார்கள் என்றவொரு புரிதலையும் இவ்வியல் காட்டும்.

சாதி, அதிகாரம், ஆதிக்கம்

மரபான இந்தியச் சமூக உருவாக்கம் என்பது கிராமம்தான் என்பது வெளிப்படையான அனுபவ கருத்தாகும். சாதியைப் போன்றே இந்தியாவின் மரபான சமூக வாழ்வின் குறியீடாகக் கிராமம் நிற்கிறது. 1950, 60களில் மேற்கொள்ளப்பட்ட 'கிராம ஆய்வுகள்' தீவிரமான திறனாய்வு சாராதவை. அப்போது கீழைத்தேயவியல் அறிஞர்களின் கோட்பாடுகளும் கருத்தாக்கங்களும் செல்வாக்கு செலுத்திக் கொண்டிருந்தன. இவர்களுடைய எழுத்துகளைக் கருத்தூன்றி படித்தால் சாதியானது அன்றாட வாழ்வில் அதிகாரத்தோடும் அதன் பல வெளிப்பாட்டு

வடிவங்களோடும் வாழ்ந்து கொண்டிருந்தது என்பதைக் காணலாம். இந்த வாழ்வில் சில சாதிகள் மிரட்டுதலையும் அச்சுறுத்தலையும் எதிர்கொண்டன. இங்கு 'ஆதிக்கச் சாதி' எனும் கருத்தாக்கத்துடன் தொடங்குவது பயன் தருவதாக இருக்கும். இக்கருத்தாக்கத்தை அதிகம் கையாண்டவர் நன்கறியப்பட்ட சமூகவியலரான எம்.என். சீனிவாஸ். இவர் இந்தியக் கிராமத்தில் மேற்கொண்ட களப்பணி அனுபவத்தால் இதனைப் பேசினார். ஒரு சாதி மற்ற சாதிகளைவிட மக்கள் தொகையில் அதிகமாகவும், பொருளாதார அரசியல் பலத்தோடும் இருக்கும்போது அதனை ஆதிக்கச் சாதி எனலாம் என்கிறார். இத்தகைய பெரிய சாதியானது உள்ளூர் அளவில் பலம் வாய்ந்ததாக இருக்கும். அதனால் அது படிநிலையில் அதிகம் கீழே சொல்லாமலிருக்கும் (சீனிவாஸ் 1955: 18).

சீனிவாஸ் பிற்காலத்தில் எழுதிய கட்டுரை ஒன்றில் ஆதிக்கம் பற்றி மேலுமொரு கருத்தைச் சேர்த்துக்கொண்டார். அது கிராமப்புற இந்தியாவில் இப்போது வேகமாக நிகழ்ந்து வருவதாகும். ஒரு சாதியில் படித்தவர் எண்ணிக்கையும் அவர்கள் மேற்கொள்ளும் தொழிலும் முக்கியமாகிறது. இந்தக் காரணிகள் மிக முக்கியமானவை என்பதைக் கிராமவாசிகள் உணர்ந்துள்ளனர். தம் மக்கள் படித்து அரசு அதிகாரிகளாக வர வேண்டுமென விரும்புகின்றனர் (சீனிவாஸ் 1959: 1). இப்பொருள் பற்றி சீனிவாஸ் விவாதிக்கும் முறையால் சாதியின் அதிகாரப் பரிமாணத்தை நன்கறிய முடிகிறது. மேலும், துய்மோனின் 'தகுதி' அடிப்படையிலான சாதி முறை எனும் முற்சாய்விலிருந்தும் மீள முடிகிறது. ஒரு சாதி ஆதிக்கச் சாதியாக மாற வேண்டுமானால் அதன் சடங்காசார தகுதிப்பாடுகள் அவசியமென சீனிவாஸ் உணர்ந்திருந்தார். ஆதிக்கத்தின் ஓர் அம்சமாக அல்லது பரிமாணமாக அவை இருந்தன. அவர் களப்பணி செய்த கிராமத்தை விளக்க முற்படும்போது '. . . ஆதிக்கத்தின் பல்வேறு கூறுகள் கிராமச் சாதிகளிடம் பரவியுள்ளன. இருப்பினும் சடங்காசாரங் களில் உயர்நிலையில் உள்ள சாதியார் ஏழ்மையில் இருப்பார்கள். அவ்வாறே அதிக மக்கள்தொகை கொண்ட சாதியார் சடங்காசாரத்தில் குறைவான தகுதி கொண்டிருப்பார்கள்' (1952: 2).

சில நேரங்களில் சடங்காசார ஆதிக்கம் நிலவினாலும், ஆதிக்கத்திற்கான பிற வடிவங்கள் அதற்குத் துணை செய்யாமலிருக்கலாம். அப்போது அதனைப் பொருள் வளத்தால் வலுப்படுத்திக்கொள்ளும்.

'. . . ராமர் கோயிலின் பிராமணப் பூசகர்களும், மாதேஸ்வரன், பசவர் கோயில்களில் லிங்காயத்துப் பூசகர்களும் கிராமத்தாரின் அளவுகோலின்படி வசதி

படைத்தவர்கள்தான். இப்பூசகர்களின் குடும்பங்களுக்கு முக்கிய வருமானம் கோயில் நிலத்திலிருந்து கிடைக்கிறது. கூடுதல் வருமானம் பக்தர்கள் வழி கிடைக்கிறது. பக்தர்கள் கோயிலுக்கு வழிபட வரும்போது தட்சிணை கொடுக்கிறார்கள்; அறுவடையின்போது தானியங்கள் கொடுக்கிறார்கள் *(மேலது: 3).*

சாதி பற்றியும் அதன் ஆதிக்கத்தன்மை பற்றியும் சீனிவாஸ் பேசும்போது, ஊரக வாழ்வின் இரண்டு தன்மைகளின் உறவில் நிகழும் அசைவியக்கத்தை மிக முக்கியமாகக் குறிப்பிடுகிறார்.

> '... ஒரு சாதி ஏதோ ஒன்றின் மூலம் ஆதிக்கம் செலுத்துகிற போது, காலகதியில் வேறு சில கூறுகளையும் தன் ஆதிக்கத்திற்கு உறுதுணையாக ஏற்றுக்கொள்கிறது. மக்கள் தொகையையும் செல்வ வளத்தையும் அதிகம் கொண்டுள்ள சாதி, சமஸ்கிருதவயமாதல் மூலம் சடங்காசாரத்தில் உயர்நிலையை நோக்கி நகருகிறது. அதன் மூலம் தன் ஆதிக்கக் குரலை ஓங்கி ஒலிக்கிறது; தொடர்ந்து தன்னை அடையாளப்படுத்திக் கொள்கிறது. இவ்வாறு பல்வேறு வடிவங்களில் ஆதிக்கம் செலுத்தும்போது அது சுலபமாகவே மற்ற அம்சங்களிலும் ஆதிக்கத்தைக் காட்டிக் கொள்கிறது *(மேலது: 3).*

தீண்டாமை என்பது தீண்டத்தகாதவர்களைக் கட்டுக்குள் வைத்திருப்பதே என்று சீனிவாஸ் மிகத் தெளிவாகக் குறிப்பிடு கிறார். அதிகாரத்தின் வழியும், அச்சுறுத்தலின் வழியும் இதனைச் செய்கிறார்கள். அவர் ஆய்வு செய்த கிராமத்திலிருந்து ஒரு நிகழ்வைச் சுட்டிக்காட்டுகிறார். அங்கு வாழ்ந்துகொண்டிருந்த சில தீண்டத்தகாத சாதியார் உயர்சாதியினர் வீடுகளில் இறக்கும் கால்நடைகளை அப்புறப்படுத்துவதையும், கோயில் திருவிழாக் களில் மேளமடிப்பதையும், உயர்சாதியார் விழாக்களிலும் திருமணங்களிலும் சாப்பிட்ட இலைகளை எடுப்பதையும் கைவிட வேண்டுமென முடிவெடுத்தனர் *(மேலது: 3–4).* இது பிஹள்ளி கிராம உழவர்களுக்கு அதிர்ச்சியளித்து. அதனால் அவர்கள் தீண்டத்தகாதவர்களை அடித்து உதைத்தார்கள். அவர்களின் குடிசைகளைத் தீயிட்டுக் கொளுத்தினார்கள். இன்னுமொரு தீண்டத்தகாத சாதியாராகிய கெரே *(Kere)* மக்களின் எதிர்ப்புணர்வை ஆரம்பத்திலேயே அங்கிருந்த உழவர்கள் கிள்ளியெறிந்தனர். ராம்புரா கிராமத்து விவசாயிகளும்கூட தீண்டத்தகாதார் உரிமைகள் பெறுவதை எதிர்த்தார்கள் *(மேலது: 4).*

இந்தியக் கிராமம் பற்றிய மேலுமொரு சிறந்த ஆய்வை ஆந்த்ரே பெத்தேய்ல் மேற்கொண்டார். இந்த ஆய்வானது சாதி,

சடங்கு மரபு, கிராம சமூகத்தில் ஆதிக்கம் ஆகிய மூன்றையும் நுட்பமாகப் பேசுகிறது. ஒரு சாதியின் அதிகாரத்தில் அதன் சடங்காசாரத் தகுதியானது தனித்து நிற்கவில்லை. ஆனால் அது முக்கியக் கூறாகப் பங்காற்றுகிறது.

தமிழகத்தில் தஞ்சாவூர் மாவட்டத்தில் மேற்கொண்ட நீண்டகாலக் களப்பணி மூலம் பின்வருமாறு எழுதுகிறார்.

'பிராமணர்கள் 1940கள் வரை மிகுந்த அதிகாரத்தை அனுபவித்து வந்தார்கள். இந்த அதிகாரம் நிலவுடைமையால் கிடைத்தது. இதனால் **கூடுதல் சமூக அந்தஸ்தையும் சடங்கியல் தகுதியையும்** கொண்டிருந்தார்கள். உயர்ந்த கல்வி பெற்றிருந்தார்கள். பிராமணர்கள் **பஞ்சாயத்துத் தலைவர்களாகவும்** இருந்தனர். பஞ்சாயத்து மன்றங்கள் **அக்ரஹாரத்தில்** இருந்தன. **பஞ்சாயத்து** நடைமுறைகள் அனைத்தும் அவர்களிடமே இருந்தன. பிராமணர் அல்லாத மற்ற உறுப்பினர்கள் இரண்டாம் தர குடிமகன்களாகவே இருந்தனர்' (1996: 152; **கூடுதல் சுட்டுகை ஆளப்பெற்றுள்ளது,** அழுத்தம் எனது).

எம்.என். சீனிவாஸ் ஆய்வு செய்த கிராமத்திலும் இவ்வாறான நிலைமையே இருந்தது. தீண்டத்தகாதாரை கடுமையான அச்சுறுத்தல்கள் மூலம் கட்டுக்குள் வைத்திருக்கும் முறை பொதுவான நடைமுறையாக இருந்தது. இந்தப் படிநிலை அதிகாரம் சாதிகளைப் பிராமணர், திராவிடர் (இடைப்பட்ட உழவர்கள்), ஆதிதிராவிடர் (தீண்டத்தகாதவர்) எனும் மூன்று தொகுப்புகளாகப் பிரித்தது (மேலது: 168).

கிழக்கிந்தியாவில் ஆய்வு செய்த எஃப்.ஜி. பெய்லி என்பவரும் சாதிய உறவுகளில் அச்சுறுத்தி தண்டிக்கும் முறையைச் சுட்டிக்காட்டுகிறார். இதனால் சாதியச் சமூக அமைப்பில் சாதிகளுக்கிடையே காணக்கூடிய ஒருவரை ஒருவர் சார்ந்திருத்தல் எனும் தன்மை உண்மையானதா? எனும் கேள்வியை எழுப்பு கிறார். பரஸ்பர பரிமாற்றம் எனும் உறவு இருக்கிறது. ஆனால் அதனைத் தனித்தனியாக சில சாதிகள் அனுபவிக்க முடியாத கட்டுப்பாடும் உள்ளது (பெய்லி 1960: 258).

பிராமணர்களின் நீர்மத் தகுதி

மேற்கண்ட விவாதங்கள் மூலம் ஒரு முடிவைக் கண்டறிய முடிகிறது. கிராமங்களில் பிராமணர்கள் உயர்ந்த தகுதியை அனுபவித்தார்கள். பொருளாதார பலம் பெற்றிருந்தார்கள். அது நிலவுடைமை மூலம் கிடைத்தது. இருப்பினும், இத்துணைக்

கண்டத்தின் சில பிரதேசங்களில் பிராமணர்கள் சமூகத்தில் உயர் தகுதியை அனுபவிக்கவில்லை. ஏனெனில் அவர்களிடம் விவசாய நிலம் இல்லை. பஞ்சாப் மாநிலத்தின் வடமேற்குப் பிராந்தியம் இதற்கு ஒரு சிறந்த உதாரணமாகும்.

காலனி ஆட்சியில் பஞ்சாபின் சமூக வாழ்க்கை பற்றிப் பிரகாஷ் டேண்டன் எழுதியுள்ளார். பஞ்சாபி செஞ்சுரி எனும் தன்னுடைய பிரபலமான சுயசரிதையில் பிராமணர்களின் 'வறிய வாழ்க்கை'யை விவரிக்கிறார். இப்பிரதேசத்தில் வசதி படைத்த பிராமணர்களைக் காண்பது அரிது என்கிறார் (டேண்டன் 1961: 77). அவர்களுடைய சொந்தக் கிராமங்களில் பிராமணர்கள் வேலைக்காரர்களைப் போல மதிக்கப்பட்டார்கள். மற்ற பணியாட்கள் போலவே பிராமணர்களும் எஜமானர்களிடம் தானியங்கள் பெற்று வாழ்ந்து வந்தனர். பிராமணர்களின் சமூகத் தகுதி பற்றிப் பின்வருமாறு விவரிக்கிறார்.

'பிராமணர்கள் செல்வாக்கில்லாத வகுப்பாராகவே வாழ்ந்தனர். இவர்கள் சமூகத்தில் எதிலும் முன்னிலை பெறவில்லை. இங்குள்ள பிராமணர்கள் ஆசிரியர்களாகக்கூட பணியாற்றவில்லை. ஆங்கிலேயர்கள் பள்ளிகளை ஏற்படுத்தி யதற்கு முன்னால் முஸ்லிம் முல்லாக்கள் மசூதிகளில் கற்பித்து வந்தனர். சீக்கிய கிரந்தாக்கள் குருத்வாராக்களில் பயிற்றுவித்தனர். இங்கிருந்த பிராமணர்கள் கற்றறிந்தவர் களாக இல்லை. சடங்குகள் செய்பவர்களாகவும், மந்திரங்களை மனப்பாடம் செய்பவர்களாகவும் மட்டுமே காணப்பட்டனர் (மேலது 1961: 76).

பஞ்சாபில் 1960களில் ஒரு சிறிய நகரத்தை ஆய்வு செய்தவர் சதீஷ் சபர்வால். இவர் நன்கறியப்பட்ட சமூக மானிடவியலர். இவர் எழுதுகிறார் '... ரஞ்சித் சிங்கின் அரசவையில் பிராமணர்கள் சடங்காசாரங்கள் செய்தார்கள் என்று எடுத்துக் கொண்டாலும், அவர்களிடம் நிலவுடைமை இருந்ததற்கான சான்றுகள் கிடைக்கவில்லை, சடங்கியல் தூய்மை மூலம் தகுதி படைத்த உயர்சாதியாராகத் தங்களைச் சமூகத்தில் உயர்த்திக் கொள்ளவில்லை' (1976: 7).

பஞ்சாபில் பிராமணர்கள் உயர்ந்தவர்களாக மதிக்கப் படாத நிலை பற்றிச் சனனா எழுதியதைச் சபர்வால் எடுத்தாளுகிறார். "பஞ்சாபி மொழியில் 'பண்டட்' (பண்டிட்) எனும் சொல்லே பிராமணரைக் குறிக்கும் சொல்லாகும். பிராமணர் எனும் சொல்லாட்சி அங்கில்லை. அது மதிப்பற்ற சொல்லாகும். அச்சொல் பிரத்யேகமான மதிப்பைக் காட்டுவ தில்லை." (மேலது: 10)

வடமேற்கு இந்தியாவில் சாதிப் படிநிலையில் ஊரக - நகர வேறுபாடுகள் உள்ளன என்று அறிஞர்கள் ஆராய்ந்துள்ளனர். பஞ்சாப் நகரங்களில் கத்ரிகளும், அரோராவினரும் (வணிகச் சாதியினர்) உயர் சமூகத்தாராக மதிக்கப்படுகின்றனர். ஊரகப் பஞ்சாபிலும் ஹரியானாவிலும் நிலவுடையாளர்களாகிய ஜாட்டுகள் உயர்ந்தவர்கள். தங்களைவிட யாரும் உயர்ந்தவர்கள் இல்லை என்ற எண்ணம் கொண்டவர்கள் ஜாட்டுகள். இத்தகைய படிநிலையை ஏற்றுக்கொண்டவர்களாகவே பிராமணர்கள் உள்ளனர் (டி' சௌசா 1967).

சாதிகளிடம் காணக்கூடிய படிநிலையும் அவற்றின் தரவரிசையும் ஒரு பொதுவான கட்டமைப்பைக் கொண்டிருக்கவில்லை என்பதை ஆய்வாளர்கள் ஆராய்ந்துள்ளனர். சாதியமைப்பின் கருத்தியல் கட்டமைப்பும் வர்ணாசிரம முறையும் சர்ச்சைக்குரியனவாகவே உள்ளன. இது பற்றி அடுத்த இயலில் பேசப்படும்.

சாதி அதிகாரம் சார்ந்தது என்பதைக் கோட்பாட்டாக்கம் செய்தல்

மிகவும் பிரபலமடைந்த பண்டைய கீழைத்தேயவியல் அறிஞர்களின் எழுத்துகளும், துய்மோனின் எழுத்துகளும் இந்திய / இந்துச் சமூகத்தின் பரந்த கட்டமைப்பையும், அது மேற்கத்தியச் சமூகத்திலிருந்து எவ்வாறு வேறுபடுகிறது என்பதையும் அறிய உதவுகின்றன. நவீன மேற்கத்திய சமூகம் போலல்லாது இந்தியப் பண்பாட்டின் சாராம்சம் அதன் மதக் கோட்பாடுகளைச் சார்ந்துள்ளது. இந்த மதக் கோட்பாடுகளின் மேன்மைகள் தூய்மையும் தீட்டும் (துய்மோன் சொல்வதுபோல) சார்ந்த எதிரிணையாக உள்ளன. மதச்சார்பற்ற அதிகாரம் எனும் தளம் தன்னளவில் தனியானது என்றாலும், அது மதத்திற்குக் கட்டுப்பட்ட ஒன்றாகவே உள்ளது. அதனாலேயே இந்தியச் சமூகத்தில் பிராமணர்கள் மேலானவர்களாக உள்ளனர் எனத் துய்மோன் வாதிடுகிறார். இதனை மேலும் நுட்பமாக ரஹேஜா பின்வருமாறு குறிப்பிடுகிறார்.

> 'இந்துச் சமூகத்தில் சாதிகளுக்கிடையிலான உறவுகளை வரையறுப்பதில் படிநிலைதான் மிக முக்கியமான கருத்தியலாக உள்ளது என்று மேலை அறிஞர்கள் கருதினர். இக்கருத்து பூதாகரமானதாகவும் தொடர்ந்து வலியுறுத்தப்படுவதாகவும் உள்ளது. இத்தகைய குறுகிய கண்ணோட்டத்துடன் பிராமணர்களின் தூய்மை சார்ந்த மதிப்பீட்டைக் கொண்டு சாதி அணுகப்பட்டது. அதே வேளையில் அரசனும் ஆதிக்கச் சாதியும் மிச்சம்

மீதிகளாகவும், மதிப்பிழந்ததாகவும், அரசியல் பொருளாதார ரீதியில் கருத்தியல் சாராத தளத்திற்கு உரியதாகவும் கருதப்பட்டன' (1989: 79).

இத்தகைய கருத்துருவாக்கத்தினைப் பல்வேறு அறிஞர்கள் வெவ்வேறு காரணங்களை முன்வைத்து விவாதித்தனர். சில அறிஞர்கள் மாற்றுக் கோட்பாடுகளை முன்வைக்க முனைந்தனர். இங்கு நிக்கோலஸ் டிர்க்ஸ், குளோரியா குட்வின் ரஹேஜா ஆகிய இருவருடைய ஆய்வுகளைச் சுருக்கமாக விவாதிப்போம். *மனதின் வார்ப்புகள் (Castes of Mind)* எனும் நூலில் நிக்கோலஸ் டிரக்ஸ் தமிழகத்தின் கள்ளர்களின் வாழ்வியலையும் இனவரைவியலையும் விரிவான இன வரலாற்று ஆய்வாக நிகழ்த்தினார். இதில் துய்மோனைத் தீவிரமாகத் திறனாய்வு செய்கிறார்; மாற்றுக் கருத்துருவாக்கத்தையும் முன்வைக்கிறார். காலனி ஆட்சியில் மக்கள்தொகைக் கணக்கெடுப்பாலும், இனவரைவியல் மதிப்பாய்வுகளாலும் சாதி உணர்வைக் கட்டமைத்த முறையை டிர்க்ஸ் நன்கு புரியும்படி விளக்கியுள்ளார். மேலும், காலனி ஆட்சியாளர்கள் சமூக அளவிலும், அறிவார்ந்த அளவிலும் இச்சூழலை எவ்வாறு உருவாக்கினர் என்பதையும் ஆராய்கிறார். இதன் மூலம் இந்தியாவின் பன்முகப்பட்ட சமூக அடையாளங்களையும், அமைப்பு முறைகளையும் சாதி எனும் ஒற்றைச் சொல் மூலம் வெளிப்படுத்த, ஒழுங்கமைக்க, ஒருங்கிணைக்க முயன்றதையும் விளக்குகிறார் (டிர்க்ஸ் 2001: 5).

மேற்கூறிய நூலிலும், சாதி பற்றிய இன்னுமொரு கட்டுரை யிலும் டிர்க்ஸ் 'உண்மையான சாதி' *(original caste)* பற்றிய ஒரு வாதத்தை முன்னெடுக்கிறார். இதில் சாதியின் பன்மிய எதார்த்தங்களைக் காட்டுகிறார். துய்மோன் பேசுவதுபோல, டிரக்ஸ் எந்த ஓர் ஒற்றைக் கோட்பாட்டையும் கடைபிடிக்க வில்லை. இந்திய/இந்துச் சமூகத்தில் மத மேலாண்மையும் அரசியல் அதிகாரமும் தனித்தனியானது என்று பேசிய துய்மோனைக் கேள்விக்குள்ளாக்குகிறார். மதச்சார்பற்ற இடங்களில் எல்லாம் அரசன் சர்வ அதிகாரங்களையும் கொண்டவன். ஆனால் அந்த அதிகாரங்கள் பிராமணர்களின் மத மேலாண்மைக்குக் கட்டுப்பட்டுவிட்டன. இந்நிலை தூய்மை, தீட்டு எனும் எதிராக்கப் பண்பால் கட்டமைக்கப்பட்டது என்கிறார் துய்மோன் (டிர்க்ஸ் 1989: 59). தமிழகத்தைப் பொறுத்தவரை அது பொருந்தாது என வாதிடுகிறார் டிர்க்ஸ். மதம், அரசியல் ஆகிய இரண்டும் எங்கும் பிரிந்து செயல்படவில்லை என்கிறார் டிர்க்ஸ். இங்கு மத நிறுவனங்களும் அதிகார முறையும் (அரசனுடையது) ஒன்றோடு ஒன்று பின்னப்பட்டுள்ளன. மத வழிபாட்டின் மூலமாகவே அரசன் தனக்கான அதிகாரத்தைப் பெறுகிறான்.

மதமும் தகுதியும் தனித்தனியான எதார்த்தங்கள் என்பதை டிர்க்ஸ் மறுக்கிறார். அதனை அவருடைய சொந்த எழுத்துகள் மூலம் காண்போம்.

". . . கோயில்கள் அரசனின் பண்டைய மாண்புகளைச் சொல்லும் இடமாகும். கற்றறிந்த பிராமணன் முன்னிலையில் அரசனுக்குக் கோயிலிலேயே அதிகபட்ச மாண்புகள் அளிக்கப்படுகின்றன. ஆகவே முடியாட்சியை மதம் தன்னுள் இழுத்துக் கொள்வதில்லை; முடியாட்சியே மதத்தைத் தன்பக்கம் ஈர்த்துக் கொள்கிறது. அதிகாரம் என்பதில் இரண்டு வடிவங்கள் இல்லை. அரசனும் பிராமணனும் சிறப்பியல்பினர். ஆனால் தெய்வாம்சம் பொருந்திய அளவில் இருவரும் தனித்தனியானவர்கள். தெய்வம் எனும் ஒற்றை மூலத்திலிருந்தே இருவரும் தத்தம் சிறப்பம்சங்களைப் பெற்றுக்கொள்கின்றனர்" (மேலது: 61).

நேபாளத்தின் இந்து முடியாட்சியை ஆராய்ந்த ரிச்சர்டு புர்ஹார்ட் இத்தகைய ஒரு வார்த்தையை முன்வைத்தார். நேப்பாள இந்து ராச்சியத்தில் அரசன் மிக உயர்ந்த நிலையில் இருந்தான். இதில் எந்த ஐயமும் இல்லை. இந்த அரசாட்சியில் பிராமணர்கள் நிர்வாகப் பொறுப்புகளில் பணியமர்த்தப் பட்டனர். அவர்கள் இங்குப் பணியாளர்களாகவே நடத்தப் பட்டனர். மாறாக, மன்னர் வெறுமனே ஒரு அரசியல் தலைமையை ஏற்றுக்கொண்டவராகக் கருதப்படவில்லை. முடியாட்சியின் தெய்வமாகவே கருதப்பட்டார். புர்ஹார்ட் பின்வருமாறு எழுதுகிறார்.

'அரசன் மிகப் பெரும் பிம்பமாக உருவகிக்கப்பட்டான். அத்தேசத்தின் எல்லா வகுப்பாரின் தெய்வமாகக் கருதப் பட்டான். . . . அத்தேசத்தைப் பாதுகாப்பவன் என்பதால் அவன் விஷ்ணுவோடு அடையாளப்படுத்தப்பட்டான். மேற்கிந்தியாவில் பண்டைய ராஜபுத்திர மன்னர்கள்போல, நேபாளத்தின் மன்னனும் இறைவனின் (விஷ்ணு) அவதார மாகவே கருதப்பட்டான் (புர்ஹார்ட் 1978: 528).

டிர்க்ஸும், புர்ஹார்ட்டும் அதிகாரம், அரசாட்சி ஆகிய இரண்டின் பரந்த கட்டமைப்பை முன்னிலைப்படுத்தி மரபார்ந்த இந்தியச் சமூகத்தில் 'இறைமை'யும் 'அதிகாரமு'ம் தனித்தனியானவையல்ல என்பதை விளக்கினார்கள். ஜி.ஜி. ரஹேஜா வட இந்தியாவில் ஒரு நுண்ணிய சூழலை ஆய்வு செய்தார். இதன் மூலம் பிராமணர்களை மையப்படுத்தி சாதியை அறிய முற்படுவது தவறான புரிதலுக்கு வழிவகுக்கும் என்று விளக்கினார். வட இந்தியாவின் சாதியப் பாகுபாடுகளை ஒரு

தனிப்பட்ட விழுமிய முறையைக் கொண்டோ கருத்தியலைக் கொண்டோ எல்லா இடங்களிலும் உள்ள சாதிய உறவுகளைக் காண முடியாது என்றார். அதற்கு மாறாக, '...சாதிகளுக்கிடையில் அன்றாட வாழ்வில் நிகழும் இடைவினைகளில் வெவ்வேறுபட்ட கருத்தியல்கள் வெளிப்படுகின்றன. வெவ்வேறு சூழல்களில் அவற்றின் அர்த்தங்களும் மதிப்பீடுகளும் ஒரே மாதிரியாக நிர்ணயிக்கப்படவில்லை. சாதிகளின் கருத்துருவாக்கங்கள் ஒரே மாதிரி இல்லை என்பதையே இது காட்டுகிறது' (ரஹேஜா 1989: 81) என்றார்.

உத்திரப்பிரதேசத்தின் ஊரகப் பகுதிகளில் நிகழும் சடங்கியல் வாழ்வு முறையை ஆராய்ந்த ரஹேஜா முற்றிலும் மாறுபட்ட பொருள்கோடலைக் காட்டுகிறார். அவர் ஆராய்ந்த கிராமத்தில் சாதிகளுக்கிடையிலான உறவுகளில் சாதிகளின் தரவரிசையும் தகுதியும் தானங்களைக் கொடுப்பதிலும் பெறுவதிலும் உள்ள முறையால் கட்டமைகிறது (அன்பளிப்புகள் அல்லது வட்டார மொழியில் சொல்வதானால் 'லென்–டென்') என விளக்குகிறார். ரஹேஜா சாதியமைப்பைப் படிநிலை சார்ந்த ஓர் அமைப்பு எனும் கண்ணோட்டத்தில் பார்க்காமல், சாதிகளின் பல்வேறு உறவுகளை 'மையப்படுத்துதல்', 'பரஸ்பரம் சார்ந்தது' எனும் வகையில் காண்கிறார்.

ரஹேஜா ஆய்வு செய்த கிராமத்தில் குஜ்ஜார்கள் ஆதிக்கச் சாதியினர். குடி ஊழிய முறையில் அவர்களே மையமானவர்கள். இவர்கள் பிராமணர்களோடும், காமின்களோடும் (சேவைச் சாதியினர்) கொண்டுள்ள உறவு 'பரஸ்பரம் சார்ந்தது' மற்ற சூழல்களில் சடங்குகளின் தன்மைகளுக்கேற்ப லென்–டென் எனப்படும் வழங்குதலும் பெறுதலும் நிகழ்கின்றன.

கிராம வாழ்வில் தானம் வழங்குதலும் அவற்றைப் பெற்றுக் கொள்வதும் முக்கியமான செயல்பாடு. ஆண்டு முழுவதும் பருவங்களுக்கும் விழாக்களுக்கும் ஏற்ப, அல்லது கிராமத்திற்கு / தனிக் குடும்பத்திற்கு ஏற்படும் தீங்குகள், தொற்றுநோய்களுக்கு ஏற்ப தானம் வழங்குதல் முக்கியத்துவம் பெறுகிறது (மேலது: 82). தானம் வழங்குவதால் தனிநபருக்கு அல்லது கூட்டாகப் பலருக்கு நன்மை கிடைக்கிறது. மேலும், அதன் மூலம் தீமை (பப்), நோய்த்தொற்று (கஸ்த்), தவறு (தோஷ்), அமங்கலத்தன்மை முதலானவற்றை நீக்குகின்றனர். சடங்குகளில் தானம் கொடுப்பதன் மூலம் ஒருவரிடமிருக்கும் பீடைகள் (அமங்களமானவை) வெளியேற்றப்படுகின்றன. அவை தானப் பொருட்களின் வழி பெறுபவருக்கு மாற்றப்படுகின்றன என்கிறார் ரஹேஜா.

வட இந்தியக் கிராமங்களில் சாதிகளுக்கிடையிலான உறவு களில் தானம் வழங்குதலும், தானம் பெறுதலும் மையமானவை.

வாழ்வியல் சடங்குகளின் போது பல்வேறு சாதியாரும் தானம் கொடுக்கின்றனர். அவற்றில் குஜ்ஜார்களின் தானமே பிரதானமானது. குடிஊழிய முறையில் ஒருவர் கொடுக்கிறார் என்றால் மற்றொருவரும் பெற்றுக் கொண்டாக வேண்டும் (சடங்கியல் கடப்பாடு இது). குஜ்ஜார்கள் கொடுப்பவராகவே உள்ளதால் அது அவர்களின் சடங்கியல், செல்வ ஆதிக்கத்தைக் குறியீடாகக் காட்டுகிறது. இதனை ரஹேஜா பின்வருமாறு விவாதிக்கிறார்.

> '... குஜ்ஜார்களின் ஆதிக்கம் முழுமுதலானது. அவர்கள் மொத்த மக்கள்தொகையில் சரிபாதிக்குச் சற்று அதிகமானவர்கள். ஆனால் கிராம நிலமனைத்தையும் உடைமையாக்கியுள்ளனர். அதனால் அவர்களுடைய சொந்த வாழ்விலும், வேளாண் சடங்குகளிலும் எஜமானர்களாக இருப்பதோடு, கிராமத்தின் சடங்காசாரங்களிலும் இவர்களே ஒரு முழு அலகாகப் பங்கேற்கின்றனர்.
>
> ஆதிக்கம் என்பது வெறும் மக்கள்தொகை சார்ந்த எண்ணிக்கை மட்டுமல்ல. நீண்டகால நிலவுடைமை சார்ந்தது மட்டுமல்ல. இவை இரண்டுக்கும் மேலாக, கிராம நலனுக்காகத் தீமைகளையும் கேடுகளையும் விலக்கி ஒழிக்கும் செயல்பாடுகள் முக்கியமானவை. இவற்றை அனைத்துச் சாதியார் முன்னிலையில் குஜ்ஜார்கள் நிகழ்த்துவதால் அவை அவர்களுக்கு ஆதிக்கத்தன்மையை நிலைநாட்டுகின்றன. குடிஊழிய உறவில் எஜமானர்களின் ஆதிக்கம் காக்கப்படுகிறது' (மேலது: 98–9).

டிர்க்ஸும், ரஹேஜாவும் மட்டும் சாதிகளுக்கிடையில் நிகழும் உறவுகளைப் பன்முக நிலையிலும், ஒன்றுக்கொன்று மாறுபட்ட நிலையிலும் முன்வைக்கவில்லை. தீண்டத்தகாதவர் களைப் பற்றி ஆராய்ந்த அறிஞர்கள் பலரும் சாதியை அடித்தளத்திலிருந்து நோக்கினார்கள். இப்பார்வை மேலிருந்து பார்த்ததிலிருந்து மாறுபட்டது. இது பற்றி அடுத்த இயலில் விவாதிக்கப்படுகிறது.

சமகால இந்தியாவில் சாதியும் அரசியலும்

இந்திய விடுதலை இயக்கத்தில் ஈடுபட்ட தலைவர்கள் சாதி பற்றி ஒருமித்த அணுகுமுறையைக் கொண்டிருக்கவில்லை. இந்தியச் சமூகத்தில் காணப்படும் சாதிப் பாகுபாட்டில் அடிப்படையில் எந்தப் பிரச்சனையும் இல்லை என்றார் காந்தி. ஆனால் நேரு, அம்பேத்கர், மேற்கத்திய கல்வி கற்ற நடுத்தர வகுப்பினர் அனைவரும் சாதி முறையை வெகுவாகவே

குறை கூறினர். குடியாட்சி இந்தியாவில் அதற்கு இடமில்லை எனவும் விவாதித்தனர். இவர்களுடைய கருத்துகளே இந்திய அரசியலமைப்பில் சாதி பற்றிய பார்வையை வடிவமைத்தன எனலாம்.

இந்த தேசத்தின் நடுத்தர வகுப்பைச் சேர்ந்த படித்தவர்களிடம் காணப்பட்ட மைய நீரோட்டமான இக்கருத்தை இந்தியாவின் முதல் பிரதம மந்திரி பண்டிட் ஜவகர்லால் நேரு 1946இல் எழுதிய *இந்தியாவைக் கண்டுபிடித்தல்* (The Discovery of India) எனும் நூலில் பின்வருமாறு எழுதுகிறார்.

'. . . இன்றைய சமூகச் சூழலில் சாதி முறையும் அதன் நடைமுறைகளும் பொருத்தமற்றவை; மாற்றத் தூண்டுபவை; கட்டுப்பாடுகள் விதிப்பவை; வளர்ச்சிக்குத் தடையானவை. அவை தகுதி சார்ந்த சமத்துவத்தையோ வாய்ப்புகளையோ கொண்டிருக்கவில்லை. அரசியல் சனநாயகமில்லாதவை. இவ்விரண்டு கருத்தாக்கங்களிலும் முரண்பாடுகள் உள்ளார்ந்து காணப்படுகின்றன. இவற்றில் ஏதோ ஒன்று தொடர்ந்து நிலைபெற்று வருகிறது' (1946: 257).

இந்திய நிர்ணய சபையின் தலைவரும், விடுதலை இந்தியாவின் முதல் சட்ட அமைச்சருமாகிய பி.ஆர். அம்பேத்கர் சாதி பற்றி திட்டவட்டமான கருத்தைக் கொண்டிருந்தார். அவர் இது பற்றிச் சொல்லும்போது, 'சாதி எனும் அடித்தளத்தின் மீது எந்த ஒன்றையும் கட்டி எழுப்ப முடியாது, இந்த தேசத்தை உருவாக்க முடியாது, ஒழுக்க நெறியையும் கட்டமைக்க முடியாது. அப்படி ஏதாவதொன்றை உருவாக்கலாம் என்று முயற்சித்தால் அது உடைந்து நொறுங்கும், முழுமை பெறாமல் போய்விடும்' (2002: 102).

இந்திய அரசியலமைப்புச் சட்டத்தின் முதல் பகுதியாகிய முன்னுரையில் இந்தியா கண்டடைய வேண்டிய மிக உயர்ந்த விழுமியங்கள், சமத்துவம், தாராளமயம், சகோதரத்துவம் பற்றிக் கூறப்பட்டுள்ளது. மேற்குலகின் வரலாற்று அனுபவத்தையும், பண்பாட்டு மரபையும் உள்வாங்கி தாராள சனநாயகம், நவீன சமூகம் ஆகிய இரண்டையும் உருவாக்க வேண்டுமென்ற கருத்து இதில் பிரதிபலிக்கிறது. ஒவ்வொரு தனிமனிதனின் கண்ணியமான வாழ்வுக்கும் உத்திரவாதம் தரவேண்டுமானால், அவனுக்கு அரசுசார்ந்தும் சக குடிமகன்களுக்கு நிகராவும் சில அடிப்படை உரிமைகளை வழங்க வேண்டுமெனக் கூறுகிறது. சமூக அமைப்பில் சாதியும் படிநிலையும் ஒரு விதிமுறையாக இருப்பதை அடிப்படையிலேயே முரண்பட்டனர். இந்திய அரசியலமைப்புச் சட்டத்தில் அரசுக் கொள்கையின்

நேர்முகக் கோட்பாடுகள் (Article 38) வெளிப்படையாகக் குறிப்பிடுவது என்னவென்றால் 'அரசானது மக்களுக்கு நீதி, சமூகம், பொருளாதாரம், அரசியல் ஆகிய அனைத்திலும் மேம்பாடு காண்பதற்கு உரிய பாதுகாப்பை முழு மூச்சுடன் வழங்க தேசிய வாழ்வின் எல்லா நிறுவனங்களையும் உருவாக்க வேண்டும் (ஷா குறிப்பிடுவதிலிருந்து 2002: 2).

மதம், இனம், சாதி, பாலினம் அல்லது பிறப்பிடம் ஆகிய எவற்றின் அடிப்படையிலும் வேறுபாடு காட்டுவது சட்டப்படி தண்டனைக்குரியது.

மேற்குலகின் சனநாயக ஆட்சி முறையைப் பின்பற்றி நிர்வாகத்திற்கான சட்டமியற்றும் அதிகாரத்தைச் சில நிறுவனங்களுக்கு இந்திய அரசியலமைப்புச் சட்டம் வழங்கு கிறது. இச்சட்டங்கள் இயற்றுபவர்களை இந்திய மக்கள் தேர்ந்தெடுப்பார்கள். தேர்ந்தெடுக்கப்படும் பிரதிநிதிகள் உலகெங்கும் உள்ளதுபோல வயதுக்கு வந்தவர்களால் தேர்ந்தெடுக்கப்படுவது கட்டாயமாக்கப்பட்டுள்ளது.

விடுதலை இந்தியாவில் நடுத்தர வகுப்பைச் சேர்ந்த தலைவர்கள் சாதி பற்றிய அறைகூவல் விடுத்தாலும், மரபான நிறுவனங்கள் மீது ஒரு தார்மீக நிலைப்பாட்டை எடுக்க முடியவில்லை. மைய நீரோட்டமாக விளங்கிய இந்திய அரசியல் தலைமை இந்தத் தொன்மையான சமூக அமைப்பின் தாக்கத்தைப் புறந்தள்ளி உண்மையான சனநாயகத்தையும் குடிமகன்களின் தனிமனிதத்தன்மையையும் பின்தங்கியுள்ள மக்களிடம் கட்டியெழுப்ப இயலாது என்பதை உணர்ந்தது. இதற்காகவே இந்திய அரசியலமைப்புச் சட்டமானது சட்ட ரீதியிலும், நிறுவன ரீதியிலும் சில ஏற்பாடுகளை உருவாக்கி யுள்ளது. இந்தச் சமூக அமைப்பில் வரலாற்று ரீதியாகப் பின்தங்கிவிட்டவர்கள் சனநாயக அரசியலில் சமமாகப் பங்கெடுக்க இந்த நிறுவனங்கள் தற்காலிகமாவது பங்காற்ற முடியும்.

இத்தேசத்தின் பொருளாதார, அரசியல் வாழ்வில் வரலாற்று ரீதியில் பின்தங்கியவர்கள் பங்கேற்கும் வகையில் இந்திய அரசின் கொள்கைகளும், திட்டங்களும் ஆக்கபூர்வமாக உள்ளதை யாரும் மறுக்க இயலாது. இந்திய அரசியலமைப்பில் பல்வேறு மட்டங்களில் ஆரோக்கியமான சனநாயக நிர்வாகம் வெற்றிகரமாக உருவாக்கப்பட்டிருக்கிறது. இந்தச் சாதனை வெகுமதியானது. இத்தேசத்தின் அரசியல், சமூக வாழ்வில் சாதி முடிந்துவிட்டது என்பதை இச்சோதனை குறிப்பிடவில்லை. அரசியல் ரீதியாக சாதி கடந்த காலத்தைவிட இன்று மிகவும் செல்வாக்கான ஒரு நிறுவனமாகவே செயல்படுகிறது எனப் பலரும்

விவாதிக்கின்றனர். போட்டி அரசியலும் தேர்தல் நடைமுறைகளும் இதற்குக் காரணமாகும். இன்றைய சனநாயக முறையில் தேர்தல் அனுபவங்கள் நவீன இந்தியாவைக் கட்டியெழுப்ப விரும்புவோரிடம் அவ நம்பிக்கையை ஏற்படுத்துகின்றன. சாதியின் தொடர்ச்சியான நிலைபேறும், அது அரசியலில் அதிகமாகப் பங்குபெறும் விதமும் இந்தியாவில் சனநாயக முறை செயல்படுவதைப் பிரதிபலிக்கவில்லை. அது தோற்றுவிட்டது என்பதையும் காட்டவில்லை. இன்று நமக்குக் கிடைக்கும் சமூக அறிவியல் அறிஞர்களின் எழுத்துகள் இந்தியத் தேர்தல் முறைகளையும், பிற அரசியல் முறைகளையும் விளக்குகின்றன. இந்திய சனநாயகம் வேரூன்றி செல்வதையே இவை காட்டு கின்றன (காண்க: யாதவ் 1999; பல்ஷிகர் 2004). மேலும், இந்திய மக்களின் பல்வேறு பிரிவுகளையும் சனநாயக அரசியலுக்குள் இழுத்திருக்கிறது (ஜெயால் 2001). இந்த முரண்பாடான எதார்த்தத்தை எப்படிப் புரிந்துகொள்வது?

சாதியும் சனநாயக அரசியலும்

சனநாயக அரசியல் பற்றிய மேற்கூறியவர்களின் தாராளவாதக் கருத்துகளையும், சமூக மாற்றம் பற்றிய பரிணாமவாத கருத்துகளையும் தாண்டி, இங்கு நிகழ்ந்த மேற்கத்திய பாணியிலான நவீனமயமாக்கத்தைக் கவனிக்க வேண்டியுள்ளது. காலனி ஆட்சியாளர்கள், கீழைத்தேயவியல்வாதிகள் ஆகியோர் இந்தியா பற்றி எழுதியதையும் கவனிக்க வேண்டியுள்ளது. இவற்றையெல்லாம் கவனத்தில் எடுத்துக்கொண்டு சமூக மானிடவியலர்கள் சாதி எனும் நிறுவனத்தின் அசுரத்தனமான தாங்குதிறனை அறிய முற்பட்டனர்.

இந்தியாவில் நவீன நிறுவனங்களில் சாதியானது தாக்கத்தைக் காட்டியது எனத் தொடக்கத்தில் சமூக மானிடவியலர்கள் குறிப்பிட்டனர். சாதிப் படிநிலையில் பிரதிபலிக்கும் புதிய அரசியல் முறையையும் குறிப்பிட்டனர். ஆனால் சிலர் வெகு விரைவிலேயே சாதியின் வேறுசில பரிமாணங்களை உணரத் தலைப்பட்டனர். சாதியின் மரபான அமைப்புகள் ஏற்கனவே நிர்ணயம் செய்யப்பட்ட தகுதியை வழங்குகின்றன. தனிமனிதர்கள் தம் சீரிய முயற்சியால் சமூகப் படிநிலையில் முன்னேற்றம் அடையலாம் என்ற திறந்த சமூக அமைப்பால் சாதி முறையை மாற்ற முடியவில்லை. புதிய நிர்வாக முறைகளும், நவீன தொழில்நுட்பங்களும் சாதியை வலுப்படுத்துகின்றன. ஆனால் அதன் அமைப்பு தர்க்கத்தை வலுவிழக்கச் செய்துள்ளன.

சாதி முறையில் ஏற்பட்ட மாற்றத்தைப் பற்றி ஜி.எஸ். குர்யே 1932இல் பேசினார். தென்னிந்திய மாகாணங்களில்

பிராமணரல்லாத இயக்கங்கள் மேற்கொண்ட சாதி உடைப்புகள் சாதியை முடித்துவிட்டதாக எண்ண முடியாது. இந்த இயக்கங்களால் புதிய வகையிலான கூட்டு மனம் உருவானது எனலாம். சாதி ஒற்றுமையும் சாதி பக்தியும் ஏற்பட்டன (1932: 192).

இக்கருத்தை எம்.என். சீனிவாஸ் 1950களின் இறுதியில் தன் ஆய்வுகளில் மேலும் வளர்த்தெடுத்தார். குறிப்பாக, நவீன தொழில்நுட்பமும் பிரதிநிதித்துவ அரசியலும் உண்டாக்கிய விளைவுகளை மையப்படுத்தி எழுதினார். இந்த இரண்டுமே இந்தியாவில் காலனி ஆட்சியாளர்களால் அறிமுகப்படுத்தப் பட்டவை. நவீனமயமாக்கத்தால் சாதி மறைவதற்கு மாறாக, அது 'கிடைமட்ட ஒருங்கிணைப்பால்' இறுக்கமடைந்தது. சாதி மீது நவீன தொழில்நுட்பம் ஏற்படுத்திய தாக்கம் பற்றிக் குறிப்பிடும்போது சீனிவாஸ் பின்வருமாறு எழுதுகிறார்.

'... அச்சு ஊடகத்தின் வருகை, தபால் துறையின் சேவை, பிராந்திய மொழிகளில் நாளிதழ்கள், புத்தகங்கள், தொலைத் தகவல் அனுப்புதல், ரயில்வே, பேருந்து முதலானவை பல்வேறு இடங்களில் வாழ்ந்த சாதிப் பிரதிநிதிகளை ஒன்று படுத்தி அவர்களின் பிரச்சனைகளையும் தேவைகளையும் பேச வைத்தன. மேற்கத்தியக் கல்வி முறையானது சுதந்திரம், சமத்துவம் முதலான புதிய அரசியல் விழுமியங்களைக் கொடுத்தது. இவ்வாறு, படித்த அரசியல் தலைவர்கள் தத்தம் சாதிக்கான இதழ்களையும் மாநாடுகளையும் நடத்தினார்கள். இதற்காக, நிதி ஆதாரங்களைத் திரட்டி னார்கள். ஏழை உறுப்பினர்களுக்கு உதவினர். சாதி மக்கள் பயன்பெற மாணவர் விடுதிகள், மருத்துவமனைகள், கூட்டுறவுச் சங்கங்கள் தொடங்கப்பட்டன. இவையெல் லாம் நகர வாழ்வில் காணக்கூடிய பொது அம்சங்களாக இருந்தன. கடந்த ஒரு நூற்றாண்டில் சாதி ஒருமைப்பாடு அதிகரித்துள்ளது என நிச்சயமாகச் சொல்லாம். ஒரு பிரதேசத்தில் உள்ள சாதிகளுக்கிடையில் காணப்பட்ட சார்ந்திருத்தல் தன்மை வெகுவாகக் குறைந்துவிட்டது (சீனிவாஸ் 1962: 74-5).

ஆங்கிலேயர்கள் அறிமுகப்படுத்திய சில வகையான அரசியல் பிரதிநிதித்துவம் சாதிகளிடையே கிடைமட்ட ஒருங்கிணைப்பை உறுதிப்படுத்தியது.

ஆங்கிலேயர்கள் பின்பற்றிய கொள்கைகள் இதற்கு உதவின. சுய நிர்வாகம் சார்ந்த உள்ளூர் அமைப்புகளுக்குக் கொடுக்கப்பட்ட அதிகாரமும், பின்தங்கிய சாதிகளுக்கு வழங்கப்பட்ட வாய்ப்புகளும் சலுகைகளும் சாதிகளுக்குக்

கூடுதல் உந்துதலைக் கொடுத்தன. இத்தகைய வாய்ப்பு களை அனுபவித்த சாதிகள் கூட்டணி அமைத்துப் பெரிய இலக்குகளை அடைய முனைந்தன (மேலது: 5).

இருப்பினும் இது ஒற்றை வழிச் செயல்பாடாக இல்லை. சாதி அமைப்பில் மாற்றங்களும் ஏற்பட்டன. சாதிகளிடம் காணப்பட்ட கிடைமட்ட ஒருமைப்பாடு, அரசியல் பொருளாதார தளத்தில் பல்வேறு சாதிகளிடம் 'போட்டி'யை உருவாக்கியது. இதனால் சாதிகளின் செங்குத்து ஒருமைப்பாட்டின் பலம் குறைந்தது (சீனிவாஸ் 1962: 74; பெய்லி 1963). இந்தச் செயல்பாடு விடுதலைக்குப் பின்னர் சனநாயக அரசியல் அறிமுகமானதால் மேலும் வலுப்பெற்றது.

சாதியமைப்பில் மாற்றங்கள் ஏற்பட்டன எனும் கருத்தை விவாதித்தபோது துய்மோன் சீனிவாசின் கருத்துகளை ஏற்றுக்கொண்டார். பொருளாதார அரசியல் மாற்றங்களால் சாதிகள் மறைந்துவிடவில்லை. ஆனால் அதன் தர்க்கமுறை மாறுபட்டுள்ளது. கடந்த காலத்தில் ஒவ்வொரு சாதியாரும் மற்றவரை சார்ந்திருந்த முறையானது ஒரு நீர்மமான அமைப்பியல் பண்பாக விரிந்திருந்தது. இப்பண்பு பின்னாளில் சாதிகளுக்கிடையில் போட்டியாக மாறியது. ஒவ்வொரு சாதியும் தனித்தனி முயற்சியில் இறங்கியது. பொருள் சார்ந்தவற்றை அடைவதற்காக செயல்படத் தொடங்கிவிட்டன (1998: 222).

இவ்வாறு சாதிகள் எதிர்கொண்ட மாற்றங்களின் எதார்த்தத்தைக் கோட்பாட்டாக்கம் செய்ய முயன்றபோது சாதிகள் சனநாயக அரசியல் செயல்பாடுகளுடன் கொண்டிருந்த இயங்கியல் உறவுகள் புதிய பார்வையில் ஆராயப்பட்டன. இவ்வாறு 1960களில் சமூகவியலர்களும் அரசறிவியலர்களும் சாதி, அரசியல் ஆகிய இரண்டையும் பல வகைகளில் பேசு பொருளாக்கினார்கள். இத்தகைய பேச்சுகளில் பண்டைய ஒழுக்கம் சார்ந்த தன்மையிலிருந்து புதிய நடைமுறை முறைமைகள் பேசப்பட்டன. சனநாயக அரசியலும் சாதியும் ஏற்படுத்தியுள்ள லஞ்சம் வழங்கும் பழக்கம் பற்றியும் பேசப்பட்டன. சனநாயக அரசியல் தொடர்ந்து ஏற்படுத்திய நிறுவனமயமாக்கலில் சாதி களின் சமன்பாடுகள் மாறின. சடங்காசாரத் தூய்மையுடன் விளங்கிய உயர்சாதிகளிடமிருந்து இடைப்பட்ட 'ஆதிக்கச் சாதி'களுக்கு அதிகாரம் கைமாறியது. ஆகவே சனநாயக அரசியலானது உள்ளூர் அதிகார அமைப்பில் வேறுபாடுகளை உருவாக்கியது. 1960களில் தமிழகக் கிராமம் ஒன்றை ஆய்வு செய்த பெத்தேய்ல் இவ்வாறு குறிப்பிடுகிறார். 'விடுதலைக்குப் பிந்திய இந்தியாவில் பல்வேறு வகையான புதிய அதிகார வடிவங்கள் உருவாகியுள்ளன. சாதித் தலைவர்களைக் கொண்ட

மரபான பஞ்சாயத்துகள் இன்று கட்சி அமைப்புகளோடும் சட்ட ரீதியான பஞ்சாயத்துகளோடும் போட்டிபோட வேண்டியுள்ளன' (1970: 246–7).

இத்தகைய வேறுபாடுகளால் புதிய அமைப்புகள் சாதியிலிருந்து விடுபட்டுவிட்டன என்று பொருளல்ல. அவற்றின் வெளிப்பாடுகள் புதியனவற்றிலும் தொடர்கின்றன. ஆனால் புதிய நிறுவனங்களில் இவற்றின் வெளிப்பாடு மாறியுள்ளது. மரபான அதிகார முறை இன்றும் பொருத்தமானது என்றாலும், வயது வந்தவர்கள் வாக்களிக்கும் முறையானது ஒவ்வொரு சாதியாரின் எண்ணிக்கையை உள்ளூர் மட்டத்தில் முக்கியமாக்கி விட்டது. இதனால் அதிகாரம் என்பது கிடைமட்டத்திலும் செங்குத்து மட்டத்திலும் உற்பத்தி செய்யப்படுவதாக உருப்பெற்றது. இதனால் அரசியல் தொழில் முனைவோர் எனும் ஒரு புதிய வகுப்பார் உருவானார்கள். இவர்களில் சிலர் கடந்த காலங்களில் வெற்றிகரமாகவே தொழிற்பட்டுள்ளனர். ஒரு தனித்த சாதியிலிருந்து மட்டுமல்லாமல் பரந்த நிலையில் தங்களுடைய அரசியல் பலத்தைக் கூட்டிக் கொண்டார்கள். இதனால் சாதி அரசியல் பின்னுக்குத் தள்ளப்பட்டது (கிருஷ்ணா 2001).

சாதிச் சங்கங்கள்

சமூகவியலர்களும், சமூக மானிடவியலர்களும் சாதிகள் எவ்வாறு கிடைமட்டமாக ஒன்றிணைந்து வலுவடைகின்றன எனக் கவனித்தார்கள். கூடவே, அவை எவ்வாறு இனக்குழுச் சமூகங்களில் ஊடுருவின என்பதையும் பேசினார்கள். ஆனால் அரசியல் சமூகவியலர்கள் தம் விவாதங்களில் சனநாயக அரசியலில் சாதிகளின் பங்கு பற்றிப் பேசினார்கள். 19ஆம் நூற்றாண்டின் இறுதியிலிருந்து இத்துணைக் கண்டத்தின் பல்வேறு பகுதிகளிலும் 'சாதிச் சங்கங்கள்' தோன்றின. இவை பண்டைய மரபுகளைப் பேச முற்பட்டன. ஆங்கிலக் காலனி ஆட்சியாளர்கள் முன்னெடுத்த நவீனங்களை எதிர்த்தார்கள். இவர்கள் ஒரு புது வகையான செயல்பாட்டை முன்வைத்தனர் எனலாம். லாய்டு ருடால்ஃப், சூசன் ருடால்ஃப் ஆகிய இருவரும் சனநாயக இந்தியாவில் சாதிச் சங்கங்களின் போக்கை முதன்முதலில் ஆராய்ந்தவர்களில் முக்கியமானவர்கள். இவர்கள் இந்தியா போன்ற தேசத்தில் மரபுச் சமூகத்தில் நவீனம் பற்றிப் பேசிய ஒரு முகமையாக சாதிச் சங்கங்கள் செயல்பட்டன என்றார்கள்.

> '. . . சாதிச் சங்கங்கள் மரபானதாக இல்லாமல் அவை தன்னார்வச் சங்கங்களாகக் காணப்பட்டன. இச்சங்கங்களில் உறுப்பினராவதற்குப் பிறப்பால் அச்சாதிக்காரராக

இருக்கவேண்டியது அவசியம் என்றாலும், அது மட்டுமே போதுமானதல்ல. ஏதோ சில பிரக்ஞைபூர்வமான செயல்பாடு களால் ஒருவர் தன் அடையாளத்தைக் காட்டி இதில் சேருகிறார்' (1967: 33).

இவருடைய இக்கோட்பாட்டைத் தமிழகத்தில் *நாடார்கள்* (1969) ஆய்வின் மூலம் ராபர்ட் ஹார்டுகிரேவ் மேலும் வலியுறுத்தி னார். நாடார் சங்கம் ஒரு பெரும் தாக்கத்தை ஏற்படுத்தியது; அச்சாதியின் முன்னேற்றத்திற்கு முக்கிய பங்கு வகித்தது. எம்.என். சீனிவாசும் (1966) இக்கருத்தை விவாதித்தார். ஆங்கில ஆட்சியாளர்கள் சாதிகளைக் கணக்கெடுத்தபோது சாதிச் சங்கங்கள் எவ்வாறு சமூக மேம்பாட்டுக்கும் மேல்நோக்கிய நகர்வுக்கும் முகாமையாகச் செயல்பட்டன என்பதை விளக்கினர்.

இந்தியாவில் சனநாயக அரசியலும் சாதியும் எவ்வாறு செயல்படுகின்றன என்பதை ஆராய்ந்த ரஜினி கோத்தாரியும் ஏறக்குறைய இதே கோணத்தில் விவாதிக்கிறார். இவர் பதிப்பித்து மிகவும் சிலாகித்துப் பேசப்பட்ட *இந்திய அரசியலில் சாதி* (1970) எனும் நூலின் முன்னுரையில் சனநாயக அரசியலானது சாதி போன்ற மரபான நிறுவனங்கள் உரிமையோடு புத்துயிர் பெறவும், மீளத் தன்னைத் தக்க வைக்கவும் உதவுகின்றது என்ற வெகுசனக் கருத்தை மறுத்தார். இவ்வாறான வெகுசனப் பேச்சுகள் இந்திய அரசியலின் சனநாயக, மதச்சார்பற்ற கட்டமைப்பைக் கலகலக்கச் செய்துவிடும் போக்குக்கு வழிவகுக்கும் என்றும் கூறினார்.

'சாதி அரசியலின் நடைமுறைகள் அவை பற்றிய பொதுப் பேச்சுக்கு மாறாகவே உள்ளன. சாதிகள் ஊடுருவிய அரசியலைவிட, சாதிகள் அரசியலாக்கப்பட்டுள்ளன. போட்டிகள் நிறைந்த அரசியலானது சாதிகளை அரசியலுக்கு அப்பாலும் இழுத்து வந்துள்ளது. அதனால் அது தேய்ந்து வலுவிழந்து புதிய வடிவமாக உருமாறுகிறது (கோத்தாரி 1970: 20–1).

சாதிகளின் கூட்டமைப்பைப் பற்றிப் பேசும்போது இவர் மேலும் சொல்கிறார்,

'ஒரு காலத்தில் சாதி அடையாளங்களோடு உருவாக்கப் பட்ட இவை சாதி சாராத செயல்பாடுகளையும் ஏற்றுக் கொண்டன. காலம் செல்ல செல்ல சாதிச் சங்கங்களின் அமைப்பு முறை மேலும் வலுவாகியது. மற்ற சாதி உறுப்பினர்களையும் தலைவர்களையும் தன்னுடன் சேர்த்துக் கொள்கின்றன. புதிய பகுதிகளுக்கும் பரவுகின்றன. மற்ற தன்னார்வ அமைப்புகள், குழுக்கள், அரசியல் கட்சிகள்

போல பொது நலனுக்காகவும் பங்காற்றுகின்றன. காலகதியில் சாதிகளின் கூட்டமைப்பு தனி அரசியல் குழுவாகவும் உருவாகியது (மேலது: 21–2).

இதே கருத்தை கன்ஷியாம் ஷா வேறொரு தொனியில் குறிப்பிடுகிறார். சாதிச் சங்கங்கள் கால ஓட்டத்தில் போட்டி அரசியலை வளர்க்கவும், பங்கேற்கவும் செய்தாலும், அவை குறுகிய மனப்பான்மைகளை வளர்க்கவும் செய்தன என வாதிட்டார் (ஷா 1975).

சாதிச் சங்கங்கள் சனநாயக அரசியலில் ஒரு புதிய தடத்தைக் காட்டின என சனநாயகம் பற்றிய பண்டைய மேற்கத்தியப் பாடநூல்கள் சொன்னாலும், அவை மரபாக ஆளப்பட்டு வந்த பல நிலப்பகுதிகளில் சனநாயக அரசியலைப் பரப்பவும் செய்தன. அர்னால்டும் அவருடைய சகாக்களும் இவ்வாறு பேசுகின்றனர்.

> ‘சாதிச் சங்கமென்பது ஒரு சமூகத் தகவமைப்புக் கருவி. இது சமூக அரசியல் தளத்தில் இரண்டு தொகுப்புகளை இணைக்கிறது. முதலாவது, மரபுச் சமூகத்தின் விழுமியங்களை ஒன்றுபடுத்துகிறது. இரண்டாவது, சமூக அமைப்பின் அடித்தளமாக நின்று அது புதிய ஒழுங்கையும் ஒருங்கிணைக்கிறது. அதே வேளையில் கல்வி, உள்ளூர் அரசியல் அதிகார முறை ஆகியவற்றில் புதிய இலக்குகளையும் அறிமுகப்படுத்தியது (1976: 372).

மேற்கூறிய ஆய்வாளர்கள் தென்னிந்தியாவின் பல்வேறு பகுதிகளில் ஒப்பீட்டு ஆய்வை மேற்கொண்டனர். இதன் மூலம் கண்டறிந்தது என்னவென்றால் சாதிச் சங்கங்களின் தலைவர்கள் மரபான அதிகார அமைப்பிலிருந்து வரவில்லை. மாறாக, மேற்கத்திய கல்வி கற்ற வழக்கறிஞர்கள், நகர வணிகர்கள், ஓய்வு பெற்ற அரசு அதிகாரிகள் எனப் பலரும் இதில் பங்கேற்றனர். இவர்கள் எண்ணிக்கையில் குறைவானவர்கள். அதனால் சாதி சனங்களின் ஒத்துழைப்பை நாடினர். அவர்கள் மூலம் தாங்கள் ஏற்ற மரபுசாரா புதிய பொறுப்பில் காலூன்ற முடியும் என எண்ணினர் (மேலது: 372).

இந்திய மக்களின் வாழ்விலும் அரசியலிலும் சாதிச் சங்கங்கள் ஒரு முக்கியமான பங்கு வகிக்கின்றன. இருந்தாலும் கடந்த தசாப்தத்தில் இது பற்றிய ஆர்வம் சமூக அறிவியலில் குறைந்து காணப்பட்டது. இந்தியாவில் சனநாயக அரசியல் சாதிகளால் வடிவமைக்கப்படுகின்றன என்ற பொதுக் கருத்து தொடர்ந்து கொண்டிருக்கிறது. மண்டல் கமிஷன் அறிக்கை ஏற்றுக்கொள்ளப்பட்டவுடன் இதர பிற்படுத்தப்பட்ட வகுப்பாருக்கான இட ஒதுக்கீடு மத்திய அரசால் 1991இல்

உருவாக்கப்பட்டது. இது சனநாயக அரசியலில் சாதியின் இடத்தை வலுப்படுத்தியது. பல்வேறு மாநிலங்களில் இதர பிற்படுத்தப்பட்ட வகுப்பாருக்கு இட ஒதுக்கீடு நடைமுறையில் இருந்தது என்றாலும், மண்டல் கமிஷன் அறிக்கையை அரசு ஏற்றுக்கொண்டவுடன் அது சாதி ரீதியிலான ஒருங்கிணைப்பு களுக்கு வழிவகுத்தது.

இதன் காரணமாக சனநாயகப்படுத்தல் எனும் போக்கு சற்று குறைந்துவிட்டது. 1980கள் வரை சாதி அரசியலும், அரசியலாக்கப்பட்ட சாதியும் நடுத்தர சாதிகளிடம் காணப் பட்டன. இச்சாதியினர் விவசாய நிலவுடையாளர்களாகவும், பெருவாரியான மக்கள் தொகையினராகவும் இருந்தனர். இதனால் இவர்கள் ஆதிக்கச் சாதியாக விளங்கினார்கள். எனினும், தீட்டுச் சாதியாக அறியப்பட்ட முன்னாள் தீண்டத்தகாத சாதியினர் அரசியல் கட்சிகளின் ஆதரவுடன் சனநாயக அரசியலில் பங்கேற்கத் தொடங்கினர். அதுவரை ஆதிக்கச் சாதியாரே இந்த இடத்தை ஆக்கிரமித்திருந்தனர். 1980களின் இறுதியில் முன்னாள் தீண்டத்தகாத சமூகங்களிலிருந்து ஒரு புதிய நடுத்தரவர்க்கம் உருவானது. இது சமூகத்திலிருந்து விலக்கப்பட்டிருந்த சமூகங்களின் நலன்கள் பற்றி அக்கறை கொண்டிருந்தது. இது பற்றி ஒரு புது மொழியில் பேசத் தொடங்கியது.

இதனால் சாதிகளைக் கீழிருந்து பார்க்கும் புதிய பார்வை உருவானது. ஏற்கனவே, 'தீண்டத்தகாதாரி'ன் வலுவான குரலை பி.ஆர்.அம்பேத்கர் உருவாக்கியிருந்தார். ஆயினும் 1980கள் வரை மைய நீரோட்ட அரசியலில் இவர்களின் பங்கேற்பு விளிம்பு நிலையிலேயே இருந்தது. அம்பேத்காரின் எழுச்சியால் முன்னாள் தீண்டத்தகாத சமூகங்களிலிருந்து 'தலித்' அரசியல் மூலம் ஒரு புதிய அரசியல் குழுவினர் உருவானார்கள். 'தலித்' என்பதன் பொருள் அடிமட்டத்திற்குரியவர்கள், ஏழ்மைக்குள்ளானவர்கள், உடைபட்டவர்கள் என்பதாகும். மகாராட்டிர அரசியல் இயக்கங்களிலிருந்து இது தோன்றியது. இதனை முதன் முதலில் ஜோதிபா பூலே எனும் 19ஆம் நூற்றாண்டுச் சமூக சீர்த்திருத்தவாதி உருவாக்கினார் (மேண்டல்சோன் & விக்சியானி 2000: 5). இது ஒரு புதிய மொழியில் பேசப்பட்டது. இந்தியத் துணைக் கண்டத்தின் பல்வேறு பகுதிகளிலிருந்து முன்னாள் தீண்டத்தகாதவரின் குரலாக, அவர்களின் தன்விவரிப்புகளாக இந்த வகையினத்தில் பேசப்பட்டது. கடந்த இரண்டு தசாப்தங்களில் சாதி பற்றிய தலித் நோக்குகள் ஒரு புதிய ஏற்பை உருவாக்கியுள்ளன. இவை அடுத்த இயலில் பேசப்படுகின்றன.

3

அவமானப்படுத்துகிறது சாதி

'நான் ஒரு ஜாட்' என்று ஒருவர் சொன்னபோது அவருடைய நெஞ்சம் விரிந்தது. ஆனால் நாம் 'சமார்' என்று சொல்லும்போது நமக்கேதும் நிகழ்வதில்லை' (ஒரு சமூகவியலரிடம் அட்டவணைச் சாதி மாணவன் உரையாடியதிலிருந்து, அகர்வால் 1983: 24).

தேசிய நாளிதழ் *தி இந்து* 8 மே 2011இல் வடமேற்கு இந்தியாவில், சண்டிகர் மருத்துவக் கல்லூரியில் மாணவன் ஒருவன் தற்கொலை செய்துகொண்ட தகவலை வெளியிட்டிருந்தது. அவன் இறுதியாண்டு படித்துக்கொண்டிருந்தான். படிப்புக்காலம் முழுவதிலும் அவன் படிப்பில் சிறந்து விளங்கினான். இருப்பினும் சமூக மருத்துவம் எனும் ஓரளவு எளிமையான பாடத்தில் அவன் தேர்ச்சி பெறவில்லை. பரிதாபம் என்னவென்றால் வேறு மூன்று ஆசிரியர்கள் அந்த விடைத்தாளை மதிப்பிட்டபோது அது வெற்றியடையும் அளவிற்கு இருந்தது என்பதே. இறப்புக்குப் பின்னர் அவன் மருத்துவன் எனும் தகுதியடைந்தான். அவனைத் தோல்வியடையச் செய்தவர் உயர்சாதி ஆசிரியர். தீண்டத்தகாத ஒருவன் மருத்துவர் ஆகக்கூடாது என்பது அவருடைய எண்ணம். அவர் அவனுடைய துறைத் தலைவர். ஒரு முறை அந்த மாணவனைப் பார்த்து, 'அட்டவணைச் சாதிச் சான்றிதழைக் கொண்டு நீ மருத்துவக் கல்லூரிக்குள் நுழைந்து விட்டாய், ஆனால் மருத்துவர் எனும் பட்டத்துடன் இங்கிருந்து வெளியே போக முடியாது' என்றாராம்.

இது ஓர் அபூர்வமான அல்லது தனியான நிகழ்வல்ல. 2010–11 காலகட்டத்தில் மனித உரிமைகள்

செயல்பாட்டாளர்கள் இந்தியா முழுக்க நடந்த இதுபோன்ற நிகழ்வுகளைக் குறிப்பிட்டார்கள். பெரும்பாலானவை நேரடி வன்முறையாகும். முன்னாள் தீண்டத்தகாதாரின் கண்ணியமான வாழ்வாசைகளின் மேல் நிகழ்ந்தவை. இத்தகைய சாதி வன்முறைக் கதைகளை நூலகங்களில் தேட முடியாது. தேசத்தின் ஒவ்வொரு பகுதியிலிருந்தும் வரக்கூடிய இவ்வாறான கொடூரங்கள் சாதி இன்றைய 21ஆம் நூற்றாண்டிலும் பின்பற்றப்படுகிறது என்பதையே காட்டுகின்றன.

அடிக்கடி வெளிவருகின்ற இந்தச் சாதி வன்முறைச் செய்திகள் கோட்பாட்டு ரீதியான, நடைமுறை ரீதியான, அரசியல் ரீதியான விரிவான விவாதத்தை எழுப்புகின்றன என்பதுதான் நாம் கவனம்கொள்ள வேண்டியது. இந்தச் சாதி வன்முறைகளின் தன்மை என்ன? சமகால இந்தியாவின் அனைத்துப் பகுதிகளுக்கும் ஏதேனும் ஒரு முறைமை உண்டா? அனைத்துச் சாதிகளிடமும் நிலவும் உறவுகளில் இத்தகைய வன்முறைகளின் தாக்கம் என்ன? இது சாதிய அடையாளங்கள் மீது எவ்வாறான உருமாற்றத்தை ஏற்படுத்தும்? இதற்கு முந்தைய இயலில் சொல்லப்பட்ட கோட்பாட்டு விவாதங்கள் எந்த அளவிற்குச் சாதி வன்முறைகள் பற்றியும், தீண்டாமை பற்றியும் புரிந்துகொள்ள உதவும்? இந்த இயலில் இக்கேள்விகளுக்கான விடைகளைக் காண முயலுவோம்.

சாதி முறையும் தீட்டின் எல்லையும்

சாதியின் தன்மைகளைக் கீழிருந்து பார்த்தால் அவற்றில் மிக முக்கியமானது தீண்டாமையே. தீட்டு எனும் எல்லையே தீண்டத்தகாதவர்களை மற்றவர்களிடமிருந்து பிரிக்கிறது. வரலாற்று முக்கியத்துவம் வாய்ந்த இப்பிரிவினையே அதி முக்கியத்துவமானது. தீட்டின் எல்லையே சாதிய விவாதத்தில் அதிகாரபூர்வமான விவாதமாகும். தீண்டத்தகாதவர்களை அளவிடவும், அவர்களுக்கான நலத்திட்டக் கொள்கைகளை முறைப்படுத்திச் செயல்படுத்தவும் இந்த எல்லையே முக்கியமா கிறது. இந்த நிர்வாக வகைப்பாடும், கடந்த காலத்தில் சாதிகள் சில தொகுப்புகளாகப் பிரிக்கப்பட்டதும் சமூக அரசியல் வாழ்வில் சாதி பற்றிய வேறுபாடுகள் வெகுசனத் தளத்தில் உருவாகக் காரணமாயின.

ஒரு வகையில் பார்த்தால் தீண்டாமை பற்றிய கருத்தென்பது தீட்டு என்பதன் நீட்சியாகவே வந்தது எனலாம் அல்லது தீட்டு, தூய்மை பற்றிய கருத்தால் ஏற்பட்டதெனலாம். இருப்பினும், தீட்டு எனும் கருத்தியலைவிட தீண்டாமை என்பது மேலும் கூர்மையானது. படிநிலையில் எங்கும் கெட்டியாகிவிடாத சாதி யானது, தீட்டு என்பதில் கூர்மையாகக் கெட்டியாகிவிடுகிறது.

தீட்டு எனும் எல்லைக் கோட்டுக்கு மேலுள்ள சூத்திரர்களின் தூய்மையற்ற நிலை என்பது சார்புத்தன்மை கொண்டது. கிராமிய வாழ்வில் (காண்க: இயல் 1) தீட்டு எனும் எல்லைக்கு மேலுள்ளவர்கள் அதிகாரத்தாலும், அச்சுறுத்தல் செய்தும் தங்களின் தரவரிசையை மெதுவாக உயர்த்திக் கொள்ளலாம். இதனைச் சமஸ்கிருதவயமாதல் மூலமோ, தங்களுக்கு மேலுள்ளவர்களின் வாழ்வுமுறையைப் பின்பற்றியோ செய்து கொள்ளலாம். இருப்பினும் தீட்டு எனும் எல்லைக்குக் கீழுள்ள தீண்டத்தகாதார் என்று சொல்லப்படுவோரின் தூய்மையற்ற நிலை முற்றானது (obsolute). இதனை மிக அபூர்வமாக மரபெனும் முறைமையில் அது எதிர் கொள்ளலாம். சமஸ்கிருதமயமாதல் எனும் சமூக நகர்வு தீண்டத்தகாதவர்களுக்குக் கிடைக்க வில்லை. மரபெனும் பாதையில் செல்லும் தீண்டத்தகாத சமூகங்கள் மிக அரிதாகவே தங்களின் 'கீழான' தகுதிப்பாட்டை மாற்றிக் கொள்ள முடியும். இம்மக்களுக்குச் சாதி என்பது சமத்துவமற்ற மூடிய அமைப்பாகும்.

மரபான படிநிலைச் சமூகத்தின் மிக முக்கியமான இந்த அம்சம் (தீட்டு) ஒரு நீண்ட வரலாற்றைக் கொண்டிருக்கவில்லை. பனுவல் சார்ந்த இதன் உறுதிப்பாடு மிகவும் மங்கலாக உள்ளது. மனுஸ்மிருதியின் ஆங்கில மொழியாக்கம் இப்படிக் கூறுகிறது. 'பிராமணர், சத்திரியர், வைசியர் அனைவரும் இருபிறப்பாளர்கள். நான்காம் வர்ணமாகிய சூத்திரர் ஒரு பிறப்பாளர்கள். ஐந்தாம் வர்ணம் என்று ஒன்றில்லை (மனுவின் விதிகள், X, 4; பூலர் 1886; சார்ஸ்லி 1996: 3 குறிப்பிலிருந்து).

சாதி பற்றிய இந்த வேறுபாடுகளின் மீது (இரு பிறப்பு, ஒரு பிறப்பு) காலனி நிர்வாகிகளும், சமூக சமய சீர்திருத்தவாதிகளும் 19ஆம் நூற்றாண்டின் பிற்பகுதி / 20ஆம் நூற்றாண்டின் முற்பகுதியில் நீண்ட விவாதத்தில் ஈடுபட்டனர். தொடக்கக்கால காலனி நிர்வாகிகள் இந்தியச் சமூகத்தையும் சாதியமைப்பையும் பண்டைய பனுவல்கள் வழியே புரிந்து கொண்டனர். மக்கள் கணக்கெடுப்பின் போது சாதிகளைப் பதிவு செய்தனர். அப்போது அவர்களால் தீண்டாமையைப் புரிந்துகொள்ள முடியவில்லை. சதுர் (நான்கு) வர்ணம் அடிப்படையிலான படிநிலை அவர்களின் புரிதலுக்குத் துணை செய்யவில்லை. வர்ணம் எனும் கருத்தாக்கத்தைக் கொண்டு சூத்திரர்களையும் தீண்டத்தாகதவர்களையும் அன்றாட எதார்த்த நிலையில் திறனாய்வது கடினமாக இருந்தது. காலனிய எழுத்துகள் வர்ணம் அடிப்படையிலான படிநிலையை முன் அனுமானமாக ஏற்றுக் கொண்டிருந்தன. அதில் தீண்டத்தாகாதாரை எங்கு வைப்பது என்பதில் அவர்களுக்குச் சிக்கல் உண்டானது.

சைமன் சார்ஸ்லி பின்வருமாறு வாதிடுகிறார். 1901ஆம் ஆண்டு குடிமதிப்பின் ஆணையராக இருந்த ஹெர்பர்ட் ரிஸ்லே எடுத்த தொடர்ச்சியான முயற்சியால் காலனி நிர்வாக உரையாடலில் இன்று நாம் பயன்படுத்துவது மாதிரி தீண்டாமை எனும் சொல் பயன்படுத்தப்பட்டது (சார்ஸ்லி 1996). தீண்டாமையை அணுகுவதில் சூத்திரர்களிடம் நான்கு வகையான படிநிலையைக் காட்டுகிறார் ரிஸ்லே. இவர்களிடம் உள்ள தீட்டின் தன்மையைக் கொண்டு இவ்வாறு பாகுபடுத்துகிறார். இப் படிநிலையில் தீண்டத்தகாதார் அடிமட்டத்தில் வைக்கப் பட்டனர். அவர்கள் அஸ்பிரிஷ்ய சூத்திரர் எனப்பட்டனர். யார் ஒருவருடைய தீண்டுதலால் தீட்டு ஏற்படுகிறதோ, யாரால் கங்கை நீர் தீட்டாகிறதோ அவர்களே தீண்டத்தகாதார் (மேலுள்ள நூலில் குறிப்பிட்டுள்ளது: 4).

தீண்டாமை எனும் கருத்தாக்கத்தினை உள்ளூர் சீர்திருத்தவாதிகளும் தம் எழுத்துகளில் பேசினர். இவர்கள் மேற்கத்தியக் கல்வி பயின்றவர்கள்; இந்து சமூகத்தின் மேல்தட்டினர். இந்துச் சமூகத்தில் காணப்பட்ட கீழ்ச்சாதிகளின் விளிம்பு நிலையும், விலக்கி வைத்தல் நிலையும் மாற்றப்பட வேண்டுமென 19ஆம் நூற்றாண்டின் பிற்பகுதியில் இவர்கள் பேசினர். சனநாயக முறையின் அன்றைய தோற்றுவாயிலிருந்து இவர்கள் சாதியை இவ்வாறு அணுகினர். தீண்டாமை பற்றி முதலில் பேசியவர் ஜி.கே. கோகலே என்கிறார் சார்ஸ்லி. 1903இல் தார்வாரில் நடந்த மாநாட்டில் ஒரு தீர்மானத்தை இவர் முன்மொழிந்தார். அது இங்குக் குறிப்பிட வேண்டிய ஒரு பெறுமதியான விடயமாகும். ‘நாம் ஒரு பூனையைத் தொடலாம்; ஒரு நாயைத் தொடலாம். . . ஆனால் ஒரு மனிதனைத் தொடுவது தீட்டாகிறது. இப்படியான மக்கள் மன ரீதியில் தாழ்ந்து போனவர்கள். இந்த வெறுப்புணர்ச்சியைக் காட்டும் மக்கள் எந்தவித அறசீற்றத்தையும் கொண்டிருக்கவில்லை’ என்றார் (மேலது: 6).

தீண்டாமை, தீட்டு ஆகியவற்றைப் பேசிய இந்த உயர்சாதி சீர்திருத்தவாதிகள் அம்மக்களைத் ‘தாழ்த்தப்பட்ட வகுப்பினர்’ (Depressed classes) என்ற பிரபலமான வகைப்பாட்டின்படி அடையாளப்படுத்தினர். 1870களிலிருந்து இந்த வழக்கு நிலவியது. 20ஆம் நூற்றாண்டின் தொடக்கத்தில் இந்தச் சீர்திருத்தவாதிகள் இந்தியாவெங்கும் தாழ்த்தப்பட்டோரின் நலனுக்காகப் பல அமைப்புகளை ஏற்படுத்தினர். இவர்களில் ஒரு பிரிவினர் ‘தாழ்த்தப்பட்டோர்’ எனும் சொல் தீட்டு என்பதால் ஏற்பட்ட தொற்று நோயின் அனுபவத்தை சொல்லவில்லை என்றனர். அன்றைய பரோடாவின் மகாராஜா சாயாஜி ராவ் கெய்க்வாட் III 1909இல் *இண்டியன் ரிவீவ்* இதழில் இவ்வாறு எழுதினார்.

‘தீண்டாமை’ எனும் சொல் இம்மக்களின் ஏழ்மை, படிப்பறிவின்மை ஆகியவற்றைக் கூடுதலாகப் பிரதிபலிப்பதாக உள்ளது என்றார். இவர் ‘தாழ்த்தப்பட்ட வகுப்பினர்’ எனும் சொல்லாட்சியை விமர்சித்தார். அது நெகிழ்வுத்தன்மை உடையது என்றார். தீட்டை அனுபவிக்காத பிராமணர்களையும் இது சுட்டுகிறது என்றார். அதனால் திட்டவட்டமாக பாதிக்கப்பட்டோர் மட்டுமே ‘தீண்டாமை’ எனும் தனிச் சொல்லால் அழைக்கப்பட வேண்டுமென முன்மொழிந்தார் (மேலது: 7). இச்சொல் மெல்ல பயன்பாட்டுக்கு வந்து, 1920களில் காலனி நிர்வாகிகளும் தங்கள் நிர்வாக அறிக்கைகளில் பயன்படுத்தினர். மகாத்மா காந்தியும் கூட தன்னுடைய ஆரம்பகால எழுத்துகளில் சில இடங்களில் இதனைப் பயன்படுத்தினார். இருப்பினும் அதற்கு முந்தைய நூற்றாண்டில் குஜராத் பிராமண பக்திஞானி கவிஞர் நரசிங்க மேத்தா உருவாக்கிய ‘ஹரிஜன்’ (கடவுளின் மக்கள்) எனும் சொல்லையே காந்தி தேர்ந்து கொண்டார்.

தீண்டாமை என்பது சமூக வாழ்வின் ஓர் அனுபவம் அல்லது எதார்த்தம். அது ஒரு சமூக மெய்ம்மை. அதனைக் காலனி அரசும், தேசிய அரசியலும் கட்டமைத்த முறையும் ஏற்றுக்கொண்ட விதமும் சாதி பற்றிய கருத்தாடலை முழுவதுமாக மாற்றி விட்டன. சாதி பற்றிய புரிதலும் பாரதுரமானதாக மாறியது. அரசு அதனை எதிர்கொள்ள வேண்டியிருந்தது. கருத்தாக்க ரீதியில் ஏற்பட்ட இந்த மாற்றம் சமகால இந்தியாவில் மிக முக்கிய பங்காற்றுகிறது. இந்தக் கருத்தியல் மாற்றத்தைச் சைமன் சார்ஸ்லி ஐந்து வகையினமாகக் காட்டுகிறார். முதலில், இது ஓர் ‘அனைத்திந்திய மாதிரி’யை உருவாக்க உதவியது. இந்த வகைப்பாட்டை எந்த இடத்திலும் பயன்படுத்த முடியும் என்பதாக மாறியது. இரண்டாவதாக, தீண்டத்தகாதார் எனும் சுட்டுகை பல்வேறு சாதிகளை ஒரு சுட்டுகையின் கீழ் ஒன்றிணைக்க வைக்கிறது. சமூக ஒற்றைத் தன்மையும், ஒருபடித்தான தன்மையும் உருவாக வகை செய்கிறது (ருடால்ஃப் & ருடால்ஃப 1967: 134). நடைமுறை எதார்த்தத்தைப் பார்க்கும்போது சமூகத்தாலும் நிலப்பகுதிகளாலும் இந்தியாவெங்கும் விரிவுபட்டும் வேறுபட்டும் காணக்கூடிய சாதிப் படிநிலையில், தீண்டாமை மட்டும் பொதுமைப்பட்டுள்ளது. சார்ஸ்லி சொல்வதுபோல ‘தீண்டத்தகாதார்’ எனும் சொல் உள்ளூர் பன்மைத் தன்மையை மூடி மறைக்கும் முகமூடியாய் விளங்குகிறது. பிராந்திய வேறுபாடுகளை ஒருமுகமாக்குகிறது. மேலும், இந்தியச் சமூகத்தை விளங்கிக் கொள்வதை மிகவும் எளிமைப்படுத்தி விடுகிறது. இந்தியாவின் வேற்றுமைகளை இனங்காணும் பாரிய பகுப்பாய்வினை இது தடுத்துவிடுகிறது (1996: 11).

மூன்றாவதாக, இந்தக் கருத்தாக்கமானது சாதியையும், சமூகத்தையும் 'தீண்டத்தக்கவர்', 'தீண்டத்தகாதவர்' எனும் இரட்டை வகைமையாகக் காட்டுகிறது. இந்திய மக்கள் வெவ்வேறு வகையான சொற்களைக் கையாளும்போது, இக்கருத்தாடலோ இரட்டை வகைமையை மட்டும் முன்வைக்கிறது. வெவ்வேறு சுட்டுகைகள் பிரபலமாக இருந்தன. அவை: 'சாதி, புறச்சாதி', சமஸ்கிருத வழக்காகிய 'சவர்ணா: அவர்ணா', 'சாதி இந்து: தீண்டத்தகாதார்', 'உயர்சாதி, கீழ்ச்சாதி'.

நான்காவதாக, தீண்டாமை எனும் கருத்தினம் சாதி யமைப்பின் தனித்துவமான / முக்கியமான அம்சமாகிய 'தீட்டு சார்ந்த விலக்கு' என்பதை முறைமைப்படுத்துகிறது. இது இந்தியச் சமூகத்தின், சாதியமைப்பின் எதிர்மறையான, விரும்பத்தகாத அம்சத்தைக் கொண்டிருக்கிறது. தீட்டு சார்ந்த சமூக விலக்கு என்பது ஏழ்மையால் ஏற்படும் பிரச்சனையல்ல அல்லது விவசாய சமூகத்தில் நிலவுடையாளர்களைச் சார்ந்திருப்பதால் ஏற்படும் அதிகாரமின்மையால் ஏற்படுவதுமல்ல. இது நம்பிக்கை சார்ந்தது; நடத்தைமுறை சார்ந்தது (மேலது: 12). ஆகவே காந்தி போன்ற சீர்திருத்தவாதிகளுக்கு ஏற்பட்ட சவால் தீண்டத்தகாதார் பற்றிய வெகுசன எண்ணம் மாற்றியமைக்கப்பட வேண்டும் என்பதாகும். சமூக அளவில் அவர்களை முன்னேற்றுவதும், அவர்களை இந்துக் கட்டமைப்புக்குள் கொண்டு வந்து இந்துக் கோயில்களில் நுழைய வைப்பதும் அவர்களின் இலக்காக ஆனது. இறுதியாக, தீண்டாமை எனும் கருத்தானது தீட்டு எனும் எல்லைக்கோட்டிற்குக் கீழ் உள்ளவர்களைப் 'பலிகடா ஆனவர்கள்' என்று அடையாளப்படுத்தப்பட்டமை. இது அவர்களை எதிர்மறையான அடையாளத்துடன் கட்டமைத்துப் பிரதிநிதித்துவம் செய்வதாகவே அமைந்தது. இருப்பினும், சார்ஸ்லி வாதிடுவதுபோல, 'தீண்டத்தகாதவராயினும் தீண்டத்தக்கவராயினும் ஒவ்வொரு சாதியும் நேர்மறை அடையாளத்தைக் கொண்டுள்ளது' (மேலது: 12). இது பற்றி இந்த இயலின் பிற்பகுதியில் விவாதிப்போம்.

தீண்டத்தகாதார் என்பதிலிருந்து அட்டவணைச் சாதிகள் வரை

20ஆம் நூற்றாண்டின் தொடக்கத்தில் கையாளப்பட்ட வகையினங்களாகிய 'தாழ்த்தப்பட்ட வகுப்புகள்', 'தீண்டத்தகாதார் / தீண்டாமை' ஆகியவை இந்திய அரசின் சட்டம், 1935இல் அதிகாரபூர்வமாக அங்கீகாரம் பெற்றிருந்தன. சில சாதி களைச் சில பிரிவுகளின் கீழ் வகைப்படுத்திக் காலனி அரசு தனிக் கவனம் செலுத்தியது. இந்த 'அரசு கண்டுபிடித்த அட்டவணைச்

சாதி' (கேலண்டர் 1984: 121–30) எனும் வகைப்பாடு தாழ்த்தப் பட்டவர்களைத் தீண்டாமையோடு இணைத்தது.

1935ஆம் ஆண்டுச் சட்டத்தை இயற்றியோர் இந்தியாவெங்கும் ஒரே மாதிரியான தீண்டாமை நிலவியது என எண்ணவில்லை. வடக்கிலும் தெற்கிலும் குறிப்பிடத்தக்க வேற்றுமைகள் இருந்ததை அறிந்தனர். தீட்டு, தீண்டாமை இரண்டும் மெட்ராஸ் (சென்னை), பாம்பே (மும்பை), நடுமாகாணங்கள் முதலானவற்றில் இருந்ததுபோல வட இந்தியாவில் முக்கியத்துவம் பெறவில்லை. தீண்டாமை ஒரு முக்கிய காரணி என்றாலும், அதுவே ஒரு சாதியை இதற்குள் கொண்டு வந்துவிட முடியாது. அதற்குப் பல காரணிகள் உள்ளன. சாதகமற்ற வாழ்வுமுறை பொதுவான ஓர் அம்சமாகும் (மேலது: 14). இதன் பின்னர் மாநில வாரியாக அட்டவணைச் சாதிகளின் பட்டியல் தயாரிக்கப்பட்டது. இந்த அட்டவணையில் சேர்ப்பதற்கான சாதிகளின் பெயர்கள் மாறுபட்டிருந்தன; காரணங்களும் மாறுபட்டிருந்தன. இவை இச்சட்டத்தின் அம்சங்களாக வெளியிடப்பட்டன. இதன் மூலம் 'அட்டவணைச் சாதிகள்' என்றும் அம்மக்கள் எஸ்.சி.யினர் என்றும் அடையாளம் பெற்றனர் (மேலது: 14). இதன் முதன்மையான தாக்கம் என்னவென்றால், முன்னாள் தீண்டத்தகாதாரை எஸ்.சி.களுடன் நினைத்துப் பேசும் வெகுசன எண்ணம் சரியானதல்ல என்றானது. இவ்வாறான மென்மையான நடைமுறைகள் எஸ்.சி.க்களைத் தீட்டின் கோட்டிலிருந்து விடுவிக்க வில்லை; மாறாக வலுவூட்டின. சாதி பற்றிய வெகுசனப் புரிதலைத் தொடரச் செய்தன.

தீண்டமைக்கெதிரான சீர்த்திருத்தங்கள் தார்மீகக் கருத்தாடலால் நடைபெற்றன. இவை சட்டமியற்றுதல் தொடங்கி, தீண்டாமைக்கான தண்டனை அமலாக்கம் வரை சென்றன. இன்று கேரளம் என்றழைக்கப்படும் பிரதேசத்தில் முதல் சட்டமானது திருவிதாங்கூர் – கொச்சின் Removal of Disabilities Act சட்டம், 1825 இயற்றப்பட்டது. இதன் பிறகு 1938இல் சென்னை சட்டமன்றம் அதே மாதிரியான சட்டத்தை இயற்றியது. இதனைத் தொடர்ந்து பரோடா, மைசூர் மாகாணங்களில் முறையே 1939, 1943ஆண்டுகளில் இச்சட்டம் இயற்றப்பட்டது. இறுதியாக, விடுதலை இந்தியாவில் அரசியலமைப்புச் சட்டம் 1950 பிரிவு 17 மூலம் தீண்டாமை ஒழிக்கப்பட்டது; இது குற்றமெனவும் சொல்லப்பட்டது. இச்சட்டம் சொல்கிறது:

'தீண்டாமை' ஒழிக்கப்படுகிறது. அதன் நடைமுறைகள் எந்த வடிவத்தில் நிகழ்ந்தாலும் தடுக்கப்பட வேண்டியவை. தீண்டாமை மூலம் எந்த இழி செயலும் சட்டப்படி தண்டனைக்குரிய குற்றமாகும்.

கடந்த காலத்தில் இந்திய அரசு மேலும் சில சட்டங்களை இயற்றியது. இவற்றின் மூலம் எஸ்.சி.க்கள் பலவகையான வன்முறைகளிலிருந்து பாதுகாக்கப்படுகின்றனர். இவற்றில், தீண்டாமை குற்றச் சட்டம் 1955, குடிமையியல் பாதுகாப்புச் சட்டம் 1976, அட்டவணைச் சாதிகள், பழங்குடிகள் வன்கொடுமைத் தடுப்புச் சட்டம் 1989 முதலான சட்டங்கள் முக்கியமானவை.

விடுதலை இந்தியாவின் அரசியலமைப்புச் சட்டம், 1935ஆம் ஆண்டுச் சட்டத்தின் கருத்துகளையும் எஸ்.சி.க்களின் பட்டியலையும் இணைத்துக் கொண்டு, அடுத்தடுத்த காலகட்டங்களில் அவற்றை விரிவுபடுத்தியது. எஸ்.சி.க்களின் வளர்ச்சிக்காகப் பல ஆக்கபூர்வமான நலத்திட்டங்களை இந்திய அரசு மேற்கொண்டது. இது அடுத்த இயலில் பேசப்படவுள்ளது. 2001 குடிமதிப்பின்படி இந்தியாவில் எஸ்.சி.க்களின் மக்கள் தொகை 166, 635, 700 ஆகும். இது தேசத்தின் மக்கள்தொகையில் 16.2 விழுக்காடாகும். உத்திரப்பிரதேசம் அதிக எண்ணிக்கையைக் கொண்டுள்ளது (35, 148, 377). இதனையடுத்து மேற்கு வங்கம் (18, 452, 555), பீகார் (13, 048, 608). விகிதாச்சார அடிப்படையில் பஞ்சாப் அதன் மக்கள் தொகையில் 28.85 விழுக்காட்டைக் கொண்டுள்ளது. இது பஞ்சாபை முதலிடத்தில் வைக்கிறது. சாதியும் தீண்டாமையும் ஓர் அனைத்திந்திய எதார்த்தமாக உள்ளபோதும், இந்தியாவில் பல மாநிலங்களில் எஸ்.சி.க்களின் எண்ணிக்கை விகிதச்சார அடிப்படையில் மிகக் குறைவு அல்லது கணக்கில் கொள்ள வேண்டியதில்லை எனலாம். வடகிழக்கு இந்தியாவில் (அசாம் தவிர) எஸ்.சி.க்கள் 1 விழுக்காட்டிற்கும் குறைவாக உள்ளனர். கோவாவில் 2 விழுக்காட்டினர் உள்ளனர். இந்தியாவில் ஒவ்வொரு மாநிலத்திலும் எஸ்.சி.க்களின் பட்டியல் வெவ்வேறாக உள்ளது. இந்தியா முழுவதிலும் இன்று 1231 சமூகங்கள் எஸ்.சி.க்களாகப் பட்டியலிடப்பட்டுள்ளன.

தீண்டாமையின் சமூகவியல்

தீண்டாமையை முறையாகவும் சட்டப்படியும் ஒழித்தாகி விட்டது என்றாலும், சாதியின் இரட்டைக் கருத்தாக்கங்கள் சமூகவியல் ரீதியிலோ, அறிவுத்தோற்றவியல் ரீதியிலோ முடிந்துவிட்டதாகாது. இதற்கு முந்தைய இயல்களிலும், இந்த இயலின் தொடக்கத்திலும் கூறியதுபோல, சாதி பற்றிய கோட்பாடுகள், சாதிய வேறுபாடுகள், சாதிகளை ஒன்றிணைத்தல் ஆகிய புதிய வகைப் போக்குகளைக் கண்டறிந்ததைப் பார்க்கும் போது தீட்டும் தீண்டாமையும் மனத்தால் உருவாக்கப்பட்ட கட்டமைப்புகள் அல்ல என்பது தெரிகிறது. குடிமதிப்பு எடுக்க முற்பட்டதால் சாதியில் புதிய வகையினங்கள் தோன்றின.

இத்துணைக்கண்டத்தின் பல்வேறு பகுதிகளிலும் ஊரகக் குடியிருப்பு முறைகளைப் பார்க்கும்போது தீண்டாமைச் சாதியினர் மையக் குடியிருப்புகளிலிருந்து விலகியிருக்கின்றனர். இவர்களின் சேவைகள் ஊராருக்குத் தேவைப்படும் சூழலிலும் அவர்கள் விலகியே வாழ்கின்றனர். இவர்களின் தொழில்கள் 'மதிப்பிழந்தவை'. அவர்களின் வாழ்வுமுறை பரிதாபமாகவும் அவமானத்திற்குரியதாகவும் உள்ளது.

சமூகவியல், மானிடவியல் துறைகளின் செவ்வியல் எழுத்துகள் சாதி பற்றிய பார்வையை பழைய நோக்கிலேயே பேசுகின்றன. சாதியென்பது ஓர் ஒழுங்கு முறை என்றும், அதன் செயல்பாட்டு முறையும் கருத்தியல் முறையும் அதனுடைய அமைப்பியச் சட்டகத்திற்குள் ஒன்றிணைக்கப்பட்டவை என்றும் அவை பேசின. இயல் 1இல் பேசியபடி, பிராமணர்களும் தீண்டத்தகாதவர்களும் சாதி முறையில் தேவையானவர்கள்; ஆனால் எதிரெதிரானவர்கள். அடி முதல் முடி வரை எல்லா சாதிகளிலும் ஏற்புடைமை சார்ந்த இக்கருத்தியல் சட்டகம் மறு உற்பத்தி சார்ந்தது. இந்த அனுமானம் சாதி பற்றிய ஆய்வாளர்களிடம் ஒரு முடிவற்ற விவாதமாகவே உள்ளது. இயல் 2இல் விவாதித்தபடி, இடைநிலைச் சாதிகளின் நிலைப்பாடும் விவாதமாகவே உள்ளது. பிராமணர்களின் சடங்கியல் தகுதியும் அவர்களின் பொருள் சார்ந்த செல்வ வளமும், நடுவில் உள்ள ஆதிக்கச் சாதிகளின் நிலைப்பாடும் பண்டைய பனுவல்களில் ஒன்றாகவும், இன்றைய எதார்த்த வாழ்வியல் போக்கு களில் வேறாகவும் உள்ளன. பிராமணர்களின் சடங்கியல் மேலாண்மையானது அவர்களுடைய வசதி வாய்ப்புகளால் மட்டுமே தக்கவைக்க முடிகிறது. சில பிரதேசங்களில் பிராமணர்கள் வசதியற்றவர்களாக இருப்பதால் அவர்கள் சமூகத்தில் மேலானவர்களாக இருக்க முடியவில்லை. அவர்களின் சடங்கு ரீதியான தரமும் அதனூடான அர்த்தங்களும் பிரதேசத்திற்குப் பிரதேசம் வேறுபடுவதை ஜி. ஜி. ரஹேஜா குறிப்பிடுகிறார். இன்னொரு வகையில் சொல்வதானால், இத்துணைக் கண்டத்தில் சாதிகளின் சமூக வரிசை (social order) வெவ்வேறு கருத்தியலின் அடிப்படையில் அமைகிறது.

தீண்டாமை பற்றியும், தீட்டு எனும் எல்லைக்குக் கீழுள்ள சமூகங்கள் பற்றியும் மேற்கொள்ளப்பட்ட சமூகவியல், மானிடவியல் ஆய்வுகள் சாதியின் கருத்தியல் தளத்தின் பரந்து விரிந்த சித்திரங்களைக் காட்டின.

சாதியின் பரந்து விரிந்த சித்திரங்கள் ஒருபுறம் கிடைத்தன. மறுபுறம் அதன் வீரியத்தின் பல்வேறு வடிவங்கள் மாறுபட் டிருந்தன. இவற்றுக்கிடையில் தீண்டாமையானது இந்தியா முழுக்க

ஒரே மாதிரி பின்பற்றப்பட்டது. பிராமணர்கள் செல்வாக்குடன் வாழாத பிரதேசங்களிலும் இதனைக் காண முடிகிறது. தீட்டு எனும் கருத்தானது வாழ்வியல் உபாயமாகவும் அரசியல் தளத்திலும் பல்வேறு மக்களால் பல்வேறு விதமாகச் செயல்படுகின்றன. காலனி ஆட்சியாளர்கள் சாதி முறையை விளங்கிக் கொள்வதற்குத் தீண்டாமை ஒரு கருவியாக இருந்தது. வேறுபாடுகள் நிறைந்த இந்த முறையை அவர்கள் குடிமதிப்பு எடுத்தபோது அறிந்தனர். இதன் மூலம் சமயச் சீர்திருத்தவாதி களும் தேசியவாதிகளும் ஒன்றிணைய முடிந்தது. இதன் பயனாக அவர்கள் இந்தியா ஒரு ஒருங்கிணைந்த மரபையும், பொது வரலாற்றையும், பொதுவான விழுமியக் கட்டுக்கோப்பையும் கொண்டிருந்தது என்றனர். இத்தகைய ஒன்றுபட்ட கருத்தாக்க மானது இந்தியாவின் இந்து சமயமும் நாகரிகமும் ஒன்றுபட்டவை என்ற வாதத்தை முன்வைத்தவர்களுக்கு உத்வேகம் அளித்தது. கீழ்த்திசையியல்வாதிகள் சாதியை ஒரு இந்து சமய நிறுவனம் என்று கருத்தாக்கம் செய்தனர். தீண்டாமை எனும் நடைமுறையும் அதன் இருப்பும் இத்துணைக்கண்டத்தில் இந்து மதத்தின் செல்வாக்கைக் காட்டும் சான்றுகள் எனவும் இவர்கள் முன்மொழிந்தனர்.

சமூகவியல், சமூக மானிடவியல் ஆகிய புலங்களில் ஏற்பட்டுள்ள அறிவு மரபில், தீண்டாமை பற்றிய உசாவல் முரண்பட்டும் வாதத்திற்குரியதாகவும் இருந்து வருகிறது. துய்மோனின் செவ்வியல் சமூகவியலைப் பொறுத்தவரை சாதி என்பது சமயத்தின் கருத்தியலோடு இயங்கும் ஓர் ஒன்றிணைந்த முறையாகும். படிநிலை கொண்ட ஒட்டுமொத்த சாதிய ஒழுங்கமைப்பில் சமயத்தின் கருத்தியல் தூய்மை, தீட்டு சார்ந்த விழுமியங்களுக்கு ஒத்திசைவைத் தருகின்றது. சாதிப் படிநிலையில் அடிமட்டத்தில் உள்ளவர்கள் மேலே உள்ளவர் களின் தூய்மை, தீட்டு ஆகியவற்றின் ஒழுங்கு முறையை அப்படியே மறு உற்பத்தி செய்பவர்களாக உள்ளனர். சாதி முறையில் ஒவ்வொரு நபரின் இருப்பானது விரும்பும் வகையில் இல்லை என்றாலும் அதனை அவர் ஏற்றுக்கொள்பவராக உள்ளார். இந்த முறையிலிருந்து வெளியேற வேண்டுமானால் அவருக்கு உள்ள ஒரே வழி சமூகத்திலிருநது விடுபட்டு அன்றாட உலக வாழ்விலிருந்து விலகி சன்யாசம் மேற்கொள்வதுதான்.

மைக்கேல் மொஃபாத் 1979இல் எழுதிப் புகழ்பெற்ற இனவரைவியல் நூல் *தென்னிந்தியாவில் ஒரு தீண்டாமைச் சமூகம்.* அவர் ஆய்வு செய்த கிராமத்தில் தீண்டத்தகாதவர்கள் சாதியமைப்போடு நன்கு பொருந்திக் கொண்டவர்கள்; செயல்பாட்டளவில் ஒத்திசைவானவர்கள்.

தீண்டத்தகாதார் நன்கு அடர்த்தியாகப் பின்னப்பட்ட பண்பாட்டைக் கொண்டு செயல்படுபவர்கள். இவர்களின் அடிப்படை வரையறைகளும் விழுமிங்களும் ஓர் உலகளாவிய இந்தியக் கிராமத்தின் பண்பாட்டைப் போலவே காணப்படுகிறது. 'கீழிருந்து பார்க்கும் பார்வை'யானது 'இடையிலிருந்து பார்க்கும் பார்வை'யோடும், 'மேலிருந்து பார்க்கும் பார்வை'யோடும் ஒன்றுபடுகின்றது. இந்தியாவில் தீண்டத்தகாதாரின் பண்பாட்டு முறைமை ஆதிக்கச் சமூக ஒழுங்கு முறைமையைக் கேள்விக்குட்படுத்தவில்லை அல்லது மறுகோரிக்கையை முன்வைக்கவில்லை எனலாம். கூடவே, இது தீண்டத்தகாதாரிடம் தொடர்ந்து புத்தாக்கம் செய்து கொள்கிறது. பரந்த அமைப்பின் நுண்ணுலகத்தைக் கட்டியமைக்கிறது (1979: 3).

மொஃபாத் ஒருபடி மேலே சென்று இவ்வாறு விளக்குகிறார். தீண்டத்தகாதார் இந்துச் சாதி முறையோடு ஒத்திசைந்து வாழ்கின்றனர். அதனைச் சடங்கியலோடும் கருத்தியலோடும் ஏற்றுக் கொள்கின்றனர். மேலும், அதனை மறுபடைப்பாக்கம் செய்து கொள்கின்றனர். தான் ஆய்வு செய்த தமிழகக் கிராமத்தில் தீண்டத்தகாதாரின் படிநிலையில் ஐந்து வகைச் சாதிகள் வெவ்வேறு இடங்களில் நிற்பதை மொஃபாத் காட்டுகிறார். படிநிலையை அப்படியே மறுஉருவாக்கம் செய்வதுபோல் உயர்ந்த நிலை / தாழ்ந்த நிலை, தூய்மை / தீட்டு, ஆதிக்கம் செய்யும் நிலை / பணிந்து போகும் நிலை ஆகியவற்றை உயர்சாதியினர் போன்று இவர்களும் அவ்வாறே பேணுவதைக் காட்டுகிறார். இது எதை உணர்த்துகிறது என்றால் சாதியமைப்பின் முழுமையான அறிதிறன் மீதும், மதிப்பீடு மீதும் உள்ள ஆழமான பண்பாட்டு ஒத்திசைவைக் காட்டுகிறது (மேலது: 98).

சாதி பற்றிய ஆய்வில் மொஃபாத்தின் விவாதங்கள் மிக முக்கியமானவை. இவை சாதி பற்றி சிந்திக்கும்போது உண்டாகும் இரட்டை நிலைப்பாட்டின் சிக்கல்களைத் தீர்க்க உதவுகின்றன. இருப்பினும் பல்வேறு அறிஞர்கள் எதார்த்த நிலையில் இதன் பெறுமதியைக் கேள்விக்குள்ளாக்கியுள்ளனர். சாதி குறித்த எந்த ஒரு தீவிர ஆய்வாளரும் மொஃபாத்தை மறுக்கமாட்டார். தீண்டத்தகாதார் அவர்களுக்குள் பல கிளைக் குழுக்களாகப் பாகுபடுகின்றனர். இவர்கள் ஒரு படிநிலையில் வரிசைப்படுகின்றனர். இருப்பினும், இவர்கள் அனைவரும் கருத்தியல் அளவில் சாதிக் கட்டுமானத்தோடு ஒத்திசைகின்றனர் என்பது கடினமான புரிதலாக விளங்குகிறது. இன்னொரு வகையில் சொல்வதானால் இவர் முன்வைக்கும் ஒத்திசைதல், பரஸ்பர இயைபு, மறுபடைப்பாக்கம் ஆகிய நியதிகள்

(வரையறைப்படுத்தல்) சாதி முறையின் செயல் வடிவங்களாகும். இது ஓர் அதிகப்படியான கருத்தென சிலருக்குத் தோன்றும்.

ஜான் மென்ச்சர் 1974இல் வெளியிட்ட கட்டுரை ஒன்றில், சாதி முறையைத் தலைகீழாக்கி அதன் படிநிலையில் அடித்தளத்தில் உள்ளவர்களின் பார்வையில் சாதியை விவரிக்க முயன்றார். அதன்படி 'சாதி தொடர்ந்து ஒரு பொருளாதார சுரண்டல் அமைப்பாக இயங்குகிறது' (மென்ச்சர் 1974: 469). மேல்தட்டு மக்களின் பார்வை மீது மென்ச்சர் கேள்வி எழுப்புகிறார். அடித்தள மக்கள் எப்போதும் தங்களுடைய தாழ்ந்த இருப்பை ஏற்றுக் கொள்கிறார்கள். . . மேல் சாதிக்காரர்களின் பொருளாதார அரசியல் பலமானது கீழ்த்தட்டு மக்களை அமுக்கி வைக்கிறது (மேலது: 471). சாதி பற்றிய வெகுசன எண்ணங்களையும் புரிதலையும் மென்ச்சர் கேள்விக்குட்படுத்துகிறார். சாதிகள் அவை செய்யும் தொழிலால் வேறுபடுகின்றன; தொழிலே ஒவ்வொன்றுக்குமான வேறுபாடு; அதுவே அதன் பெயருக்குக் காரணமாகவும் அமைகிறது. மிகச் சில சிறிய சாதிகளை விடுத்துப் பார்த்தால், பெரும்பாலான சாதிகளில் மிகச் சிலரே அச்சாதிக்கான தொழிலைச் செய்கின்றனர். சமார்கள் தோல் தொழிலைச் செய்கின்றனர். அவர்களும் குறைவான நேரத்தையே பாரம்பரிய தொழில் செய்ய ஒதுக்குகின்றனர். ஊரக இந்தியாவில் பெரும்பாலும் தீண்டத்தகாதார் உள்ளூர் வேளாண் பொருளாதாரத்தில் கூலியாட்களாக உழைக்கின்றனர். சாதி முறையின் இயங்கியல் அவர்களைப் பிரித்து வைக்கிறது.

தமிழகத்தின் ஊரகப் பகுதியில் ஆராய்ந்த மென்ச்சரின் இனவரைவியல் சாதிகள் பலவற்றிலும் இழையோடும் மையமான விழுமிய முறையைக் கண்ட மொஃபாத்தின் ஒத்திசைதல் கருத்தை ஆதரிக்கவில்லை. மென்ச்சர் தன் களப்பணி விவரங்களை இவ்வாறு விவரிக்கிறார்.

> பல்வேறு சாதிகளின் நடைமுறைகளைக் கேட்டபோது, சில ஹரிஜன்கள் முதலில் இப்படிச் சொன்னார்கள். இது எமது உரிமை. நாங்கள் தீண்டத்தகாதவர்கள்தான். மேலும், ஊடுருவி அணுகியபோது அவர்கள் சொன்னார்கள், 'அவர்கள் அனைத்து நிலங்களையும் வைத்திருக்கின்றனர். ஒரு ஏழை நாயக்கர் பணக்கார நாயக்கரின் உதவியைப் பெறுகிறார். எங்களுக்கு அதிக நிலமில்லை. ஒரு பெண் சொன்னாள். அவர்கள் எங்களுக்கு வேலை செய்ய மாட்டார்கள். மாறாக, எங்களிடம் வேலை வாங்குவார்கள். இதனால் இயற்கையிலேயே எங்களைவிட அவர்கள் உயர்ந்து நிற்கிறார்கள் . . . நாங்கள் ஏதாவது புகார் சொன்னால் அவர்கள் நிலத்தில் வேலை செய்ய அனுமதிக்கமாட்டார்கள்.

அதன் பிறகு நாங்கள் என்ன செய்வது. பட்டினி கிடக்க வேண்டியதுதான்' (மேலது: 476).

இத்தகைய கருத்தை தீபங்கர் குப்தாவும் பேசியுள்ளார். சாதியமைப்பில் உள்ள ஒவ்வொருவரும் பிராமணரின் சாதியப் பார்வையைக் கொண்டுள்ளனர் என்ற கருத்து உள்ளது. தீட்டு எல்லைக்குக் கீழேயுள்ள மற்ற சாதியாரின் பேச்சைக் கேட்டால் சாதியின் தோற்றக் கதையைக் கூறுவார்கள். சாதிகளில் புதிய பிரிவுகள் எப்படியெல்லாம் தோன்றின என்பதற்கான கதைகளும் கிடைக்கின்றன.

'இந்தச் சாதிகளின் தோற்றக் கதைகளில் அவற்றின் செய்தொழில் எல்லா நேரங்களிலும் முதன்மை பெற வில்லை. ஆனால் கீழ்ச் சாதிகளின் தோற்றக் கதைகளில் அவர்களின் தொழில் வலியுறுத்தப்படுகிறது...அத்தொழில்கள் கீழ்த்தரமானவை எனக் கருதப்படவில்லை. . . இவை பற்றிய மதிப்பீட்டிலும், இன்ன பிறவற்றிலும் ஒவ்வொரு சாதிக்குமான கருத்தியல் பிராமணச் சாதியிலிருந்து வேறுபடுகிறது (குப்தா 1984: 203).

கீழ்ச்சாதியினர் தங்களை இழிவுபடுத்தும் மேல்சாதிக்காரர் களின் காரணங்களை எதிர்க்கின்றனர். உண்மை என்னவென் றால் எந்த ஒரு கீழ்ச்சாதியும் தம் மீதான இழிவுகளை ஏற்க விரும்பவில்லை. ஹரிஜன்களின் உடல்கள் தூய்மையற்ற கூறுகளால் ஆனவை எனும் மேல்சாதிக்காரர்களின் கூற்றை ஏற்றுக்கொள்வதில்லை (குப்தா 2000: 1).

சாதிப் படிநிலை மீது கேள்வி கேட்கும்போது தீட்டு, சாதி வரிசை முதலானவையும் கேள்விக்குள்ளாகின்றன என்கிறார் குப்தா. '... எந்த ஒரு சாதியும் தன் உறுப்பினர்கள் மதிப்பிழப்பதை ஏற்பதில்லை. மற்ற சாதிகளே தீட்டை உருவாக்குகின்றன என்று குற்றஞ்சாட்டுவார்கள்.இந்த அணுகுமுறை தீண்டத்தகாதாரிடமும் காணப்படுகிறது (மேலது: 1–2).

குப்தாவின் இக்கருத்தை இந்தியா முழுவதிலும் தீண்டத்தகாத சாதிகளின் தோற்றத் தொன்மங்களைத் (origin myths) தொகுத்து ஆராய்ந்த ராபர்ட் டெலீஜ் உறுதி செய்கிறார்.இத்தொன்மங்கள் வடிவத்திலும் உள்ளடக்கத்திலும் முற்றிலும் மாறுபட்டவை. மனுஸ்மிருதி கூறும் பிராமணத் தொன்மங்களிலிருந்து இவை வேறுபடுகின்றன. இத்தகு தொன்மங்கள் படிநிலையை ஏற்றுக்கொண்டாலும் தீண்டத்தகாதவர்கள் அப்படி நிலைத் தாழ்வை உள்ளார்ந்த கருத்தென கருதவில்லை. இந்தியா முழுவதிலும் உள்ள தீண்டத்தகாதவர்கள் தம் தாழ்வு நிலையானது மற்றவர்களின் தந்திரத்தால் சொற்களின் விளையாட்டால்

(சிலேடை போன்றது), கொடூரத்தால் ஏற்பட்டது என்கின்றனர். இவர்களிடம் வழக்கிலுள்ள தொன்மங்கள் ஆதியில் பிராமணர்களைவிட தாம் உயர்ந்தவர்கள் என்கின்றன. ஏதோ சில காரணங்களால் தங்களுடைய உயர்ந்த நிலையை இழந்தோம் என்கின்றனர். தமிழகத்தில் ராபர்ட் டெலீஜ் தொகுத்த பறையர்களின் புகழ்பெற்ற தொன்மம் இங்குக் கவனிக்கத்தக்கது.

ஒரு காலத்தில் இரண்டு ஏழை சகோதரர்கள் இருந்தனர். இருவரும் சாமி கும்பிடச் சென்றனர். அப்போது கடவுள் இறந்து கிடந்த பசுவை அப்புறப்படுத்தச் சொன்னார். அதற்கு அண்ணன் *'என் தம்பி பார்ப்பான்'* என்றானாம். அது என் தம்பி பார்ப்பான் (பிராமணன்) எனத் தவறுதலாக மாறிவிட்டது. அன்றிலிருந்து தம்பி பிராமணனாகவும் (பார்ப்பான்), அண்ணன் பறையனாகவும் அறியப்பட்டனர். இவர்கள் இருவரிடமிருந்து மற்ற சாதிகள் அனைத்தும் தோன்றின (மேலது: 536).

இத்தகையதொரு தொன்மத்தை உத்திரப்பிரதேசம் காலாப்பூரில் வசிக்கும் தூய்மைப் பணியாளர்களிடமிருந்து இன்னுமொரு மானிடவியலர் குறிப்பிடுகிறார். கடந்த கால வாழ்வின் தண்டனையாகத் தமக்குத் தாழ்வு நிலை ஏற்பட்டது என இவர்கள் ஒப்புக்கொள்வதில்லை. இது ஒரு கொடூரமான வரலாற்று விபத்தால் ஏற்பட்டது என்பர் (கோலண்டா, மேற்படி நூலிலிருந்து : 538). இவ்வாறே பெர்ரிமென் தன் களப்பணியிலிருந்து குறிப்பிடுகிறார். பழங்காலத்தில் கயவர்களாக வாழ்ந்தோம்; அதனால் இன்றைய தாழ்வு நிலை ஏற்பட்டது என எந்தத் தகவலாளியும் சொல்லவில்லை (பெர்ரிமென் 1963: 223). தன்னுடைய தகவலாளிகள் எவரும் கீழ்த்தரமான வேலையால் 'தாழ்வு' நிலை ஏற்பட்டது எனக் கூறவில்லை என்கிறார் பெர்ரிமென். இத்தகைய பணியைச் செய்யப் படைக்கப்பட்டோம். அதனால் தீண்டத்தகாதோர் ஆனோம் என்கின்றனர் (மேலது: 223).

தீண்டத்தகாதார் சாதிப் படிநிலைக்கு ஆட்பட்டாலும், கீழான வேலைகளைச் செய்தாலும் அவர்கள் பிராமணர்களை உயர்வாக மதிப்பதில்லை. தென்னிந்தியாவில் வாழும் தீண்டத்தகாதார் பிராமணர்களைப் பேராசைக்காரர்கள், சோம்பேறிகள், வேடிக்கையானவர்கள், பணவெறிகொண்டவர்கள் என்பார்கள். அதற்கு மாறாக, தங்களை உணவு தானியம் வழங்கும் மங்களகரமானவர்கள், கொடையாளர்கள், கடின உழைப்பாளிகள் என்றெல்லாம் சொல்லிக்கொள்வார்கள் (டெலீஜ் 1993: 541; லின்ச் 1969; ஜுர்ஃபெல்ட் & லிண்ட்பெர்க் 1975:219). தஞ்சை மாவட்டத்தில் தீண்டத்தகாதாரிடம் களப்பணி செய்து இனவரைவியல் எழுதிய கேத்தலீன் கோ (Kathleen Gough)வின் எழுத்திலிருந்து டெலீஜ் இவ்வாறு குறிப்பிடுகிறார்.

ஒருநாள் நான் ஆதிதிராவிடர் தெருவில் உட்கார்ந்தேன். வயதான பள்ளர்கள் பலரையும் சமாளித்துக் கொண்டிருந்தேன். அப்போது அவர்களிடம் கேட்டேன் ‘இறப்புக்குப் பின்னர் ஆவி எங்கு செல்லும்? ‘அனைவரும் ஆடிப்போனார்கள். கண்களைத் துடைத்துக் கொண்டு ஒரு பெரியவர் சொன்னார், ‘தாயே, எங்களுக்குத் தெரியாது! உங்களுக்கு தெரியுமா? நீங்கள் அங்கிருந்தீர்களா?’ நான் சொன்னேன், ‘இல்லை’. ஆனால் பிராமணர்கள் சொல்கிறார்கள் ‘இந்த ஜென்மத்தில் நல்லது செய்தால் மறுபிறவியில் உயர்சாதியில் பிறக்கலாம் என்று’. ஒரு பெரியவர் ஏளனமாக ‘பிராமணர்கள் சொல்கிறார்கள்’, ‘அவர்கள் என்ன வேண்டுமானாலும் சொல்வார்கள். அவர்களின் தலை வட்டமடித்துக் கொண்டேயிருக்கும்’ (டெலீஜ் குறிப்பிடுவதிலிருந்து 1993: 533–4).

மேற்கூறிய இத்தகைய எழுத்துக்களின் முக்கியமான உட்பொருள் என்னவென்றால், சாதியமைப்புக்குப் படிநிலை முக்கியமானது என்றாலும், எதார்த்தத்தில் ஒற்றைப் படிநிலை எங்குமில்லை. துய்மோனும் மற்ற அறிஞர்களும் இதனைக் குறிப்பிட்டுள்ளனர். அப்படி பன்முகப் படிநிலைகள் நடைமுறையில் உள்ளன என்பதை அங்கீகரிக்கும்போது, சாதி என்பது முழுவதுமாக ஒரு மூடிய அமைப்பு எனக் கருத முடியாது. அது வாதங்களுக்கும் உரையாடல்களுக்கும் வாய்ப்பளிக்கிறது. இது வரலாற்றின் உண்மையாகும்.

தீண்டாமை இன்று

கடந்த காலத்தின் நிலைமை எதுவாக இருந்தாலும், இன்றுள்ள முன்னாள் தீண்டத்தகாதாரில் சிலர் தங்களுடைய தீட்டு அல்லது தாழ்வு நிலை முந்தைய வாழ்வில் நிகழ்ந்த ஒன்று; இயற்கையின் மெய்ம்மை அது என்கின்றனர் (சார்ஸ்லி & காரந்த் 1998). தீண்டாமையின் நடைமுறையில் இரண்டு முக்கிய மாற்றங்கள் நிகழ்ந்துள்ளன. அவை: 1. சட்ட ரீதியாக அதன் அங்கீகாரத்தை அழித்தது. 2. சாதிப் படிநிலையில் அடிமட்டத்தில் உள்ளவர்களிடம் நனவு நிலையில் மாற்றத்தை ஏற்படுத்தியது. முன்னாள் தீண்டத்தகாதார் அனைவரும் தங்களுக்கான மனித, அரசியல் உரிமைகளை அழுத்தமாக உணர்ந்து வருகின்றனர் (மெண்டல்சோன் & விக்சியானி 2000:1). இன்று அவர்கள் அனைவரும் வசதி வாய்ப்புகள் தேடுவதை விரும்புகின்றனர்; கூடுதல் கண்ணியத்தைக் கோருகின்றனர் (டெலீஜ் 1999: 1).

இன்றைய பொருளாதார வளர்ச்சி, நகரமயமாக்கம், அரசியல் மாற்றம் முதலானவை சமூகச் செயல்பாடுகளில் புதிய

தளங்களை உருவாக்கியுள்ளன. இவை சாதியற்ற, எல்லோரும் பங்கேற்கும் சூழலை ஏற்படுத்துகின்றன. எடுத்துக்காட்டாக பொது போக்குவரத்து முறை, அரசுப் பள்ளிகள், உயர்கல்வி நிறுவனங்கள், உடல் நலம் காக்கும் மருத்துவமனைகள், ஊரகப் பகுதிகளில் கொண்டு வரப்பட்டுள்ள நவீன கால சேவைகள், இன்னும் பலவும் அனைவருக்குமானவை. இவற்றில் சாதி மத பேதம் ஏதுமில்லை. குழாய் மூலம் குடிநீர் வழங்குதல் முதலான சில நவீன வசதிகள் இவ்வகையானவை. இவை யாவும் மரபான முறைக்கு மாற்றாக அமைந்தன. இவற்றில் சில நேரங்களில் சாதியம் காணப்பட்டாலும் அது மிகக் குறைவாகும். 1970களில் குஜராத்தில் ஐ.பி. தேசாய் ஒரு மதிப்பாய்வு செய்தார். ஊரகப் பகுதிகளில் தீண்டாமை இருந்தாலும், அது பேருந்துப் பயணங்களில், தபால் அலுவலகங்களில், கல்விக் கூடங்களில் குறைந்து விட்டது எனத் தேசாய் கண்டறிந்தார். இருப்பினும் தனிப்பட்ட இடங்களில் அது கூடுதலாகவே காண முடிந்தது என்றார். ஏறக்குறைய 90 விழுக்காடு கிராமங்களில் உயர்சாதி மக்களின் வீடுகளுக்குள் தீண்டத்தகாதார் அனுமதிக்கப்படவில்லை. மேலும், குஜராத்தில் கிராமப் பஞ்சாயத்துகளில் உட்கார்ந்து பேசும்போது அமருமிடம் தீண்டாமை அடிப்படையில் ஒதுக்கப்படுகிறது.

ஐ.பி. தேசாய் குஜராத்தில் மேற்கொண்ட இந்த ஆய்வுக்கடுத்து இருபத்தைந்து ஆண்டுகளுக்குப் பின்னர் ஓர் அனைத்திந்திய மதிப்பாய்வு மேற்கொள்ளப்பட்டது. 2001–2இல் பதினோரு மாநிலங்களில் இந்த ஆய்வு நடந்தது. சாதியின் அடிப்படைப் பண்புகள் மாறி வந்தாலும், தீண்டாமை முழுவதுமாக மறையவில்லை என்பதும், தீண்டத்தகாதவர்களின் சமூகப் பொருளாதார வாழ்வில் அதிரடியான மாற்றங்கள் ஏற்படவில்லை என்பதும் இந்த மதிப்பாய்வில் தெரிய வந்தன. இந்த ஆய்வின் அறிக்கையில் '. . . இந்தியா முழுவதிலும் தீண்டாமை மட்டும் காணப்படவில்லை, அது நவீன சமூகப் பொருளாதார முறைமையில் புதிய வடிவங்களில் தகவமைந்துள்ளது. இன்றைய இந்தியாவில் தலித் எனும் அனுபவம் ஒரு மிக முக்கியமான கூறாக இருந்து வருகிறது. குறிப்பாக, ஊரகங்களில் அதன் இருப்பைக் காண முடிகிறது (ஷா, இன்னும் பிறர் 2006: 15–16).

காலகதியில் சாதிக்கும் செய்தொழிலுக்குமான உறவு வலுவிழந்து வருகிறது. அனைத்துச் சாதிகளும் வெவ்வேறு தொழிலில் ஈடுபட்டு வருகின்றன. இருப்பினும் முன்னாள் தீண்டத்தகாதாரின் தொழில்கள் மட்டும் அவர்களை விட்டு அகலவில்லை. எடுத்துக்காட்டாக, கழிவுகளை அகற்றும் தொழிலை வாழ்வாதாரமாகக் கொண்டவர்களில் ஒரு பிரிவினர் இன்றும் உள்ளனர். இந்தியச் சமூகத்தில் இவர்கள் தாழ்ந்த நிலையிலும்,

சாதி 75

மிகக் குறைவான வருமானத்தோடும் உயிர்ப் பயம் மிக்க தொழில் செய்தும் வாழ்கின்றனர்.

மேலுமொரு ஆய்வு 500க்கும் மேற்பட்ட கிராமங்களில் சேகரிக்கப்பட்ட தரவுகளைக் கொண்டதாகும். அத்தரவுகள் முன்னாள் தீண்டத்தகாதாரின் குடியிருப்பு உட்பட கிராமக் குடியிருப்புகள் சாதி அடிப்படையில் அமைந்ததைக் காட்டின. எல்லா இடங்களிலும் முன்னாள் தீண்டத்தகாதார் மையக் குடியிருப்பிலிருந்து விலகியே வாழ்ந்தனர். ஆதிக்கச் சாதியார் / உயர்சாதியார் அவர்களைத் தங்கள் குடியிருப்புக்குள் வருவதற்குப் பல்வேறு கட்டுப்பாடுகளை விதித்திருந்தனர். ஆய்வு செய்த கிராமங்களில் 48 விழுக்காடு கிராமங்களில் ஊரின் பொதுவான நீராதாரத்தை அவர்கள் பயன்படுத்த அனுமதிக்கவில்லை. அவ்வாறே, இத்தகைய கிராமங்களில் மூன்றில் ஒரு பங்கு கிராமங்களில் தேநீர் கடைகளிலும் உணவகங்களிலும் அவர்களுக்குத் தனி பாத்திரங்கள் வைக்கப் பட்டிருந்தன. 70 விழுக்காட்டிற்கும் மேற்பட்ட இக்கிராமங்களில் அனைவரும் சமமாக உண்ணும் முறைக்கும் கட்டுப்பாட்டுகள் விதிக்கப்பட்டிருந்தன. 60 விழுக்காட்டுக் கிராமங்களில் அவர்கள் கோயில்களில் நுழைவதற்குத் தடை விதிக்கப்பட்டிருந்தன. நான்கில் ஒரு பங்குக்கும் மேற்பட்ட கிராமங்களில் ஊர் மக்களின் முன்பு அமராமல் எழுந்து நிற்க வேண்டியவர்களாய் இருந்தனர் (மேலது). இந்தியாவில் சில பகுதிகளில் தீண்டாமை குறைந்து வந்தாலும், சில தளங்களில் அதன் முக்கியத்துவம் மறையவில்லை.

தீண்டாமை முதல் அட்டூழியங்கள் வரை

பொருளாதார வளர்ச்சியும் சமூக மாற்றமும் மெல்ல மெல்ல சாதி அடிப்படையிலான படிநிலையையும் அதனை வலுப்படுத்தும் கருத்தியல் சட்டகங்களையும் உடைத்து வந்துள்ளன. இந்த மாற்றங்களின் ஊடாகத் தீண்டாமை குறைந்துள்ளது. இந்த மாற்றங்கள் ஒருபுறம் நிகழ்ந்தாலும், ஏற்றத் தாழ்வு மறுபுறம் தொடர்ந்து கொண்டிருக்கிறது. ஆதிக்கச் சாதியினர் சாதிய உறவுகளில் சனநாயகத் தன்மையைத் தடுக்கிறார்கள். முன்னாள் தீண்டத்தகாதாரிடமும் சுய நிர்ணயமும் குடிமகனுக்கான சுய கௌரவமும் ஏற்படக்கூடாதென எண்ணுகின்றனர். தீண்டாமையின் பழைய வடிவங்கள் தணிந்தாலும், உள்ளூர் ஆதிக்கச் சாதியினர் தலித்துகள் மீது வன்கொடுமைகள் செய்கின்றனர். சில நேரங்களில் இவற்றை மிகவும் கொடூரமாக நிகழ்த்துகின்றனர் (மெண்டல் சோன் & விக்சியானி 2000; பெத்தேய்ல் 2000; ஷா 2001). பண்டைய பரஸ்பர சாதிய உறவுகள்

பொருளாதார ரீதியில் அர்த்தமற்றவையாக மாறிவிட்டன. சாதி அடிப்படையிலான பொருளாதாரத்தை முன்னாள் தீண்டப்படாதோர் சார்ந்திருக்கவில்லை. ஆனால் ஆதிக்கச் சாதியினர், சாதிகளுக்கான எல்லைகளைத் தொடர்ந்து பாதுகாக்க விரும்புகின்றனர். வரலாறு நெடுக விளிம்பு நிலைக்குத் தள்ளப்பட்டவர்கள் மேலெழுகின்ற தருணங்களில் ஆதிக்கச் சாதியினரின் எதிர்வினைகள் வன்மமாகவே இருந்து வந்துள்ளன.

தலித் எழுச்சியைக் கட்டுப்படுத்துவதிலும், 'அவர்களுக்குப் பாடம் புகட்டு'வதிலும் ஆதிக்கச் சாதியினர் கையாளும் பிரபலமான முறை 'சமூக விலக்கல்' ஆகும். ஊரக இந்தியாவில் முன்னாள் தீண்டத்தகாதார் நிலமற்றவர்கள். அதனால் அவர்கள் நிலவுடையாளர்களைச் சார்ந்து வாழ வேண்டியவர்களாய் உள்ளனர். சமூக விலக்கலுக்கு உள்ளாகும்போது ஊரில் எந்த வேலையும் கிடைக்காது. ஊரின் பொதுவான வளங்களைப் பயன்படுத்த இயலாது. மாடுகளுக்குத் தீவனங்களையும், அடுப்பெரிக்க விறகுகளையும் சேகரிக்க முடியாது. உள்ளூர் பள்ளிகளுக்குத் தங்கள் குழந்தைகளை அனுப்புவதிலும் இடர்பாடுகள் ஏற்படும். இந்த சமூக விலக்கல் நீண்ட காலம் தொடருமானால் விளிம்பு நிலை மக்களுக்கு எதிர்மறையான விளைவுகள் நிறைய ஏற்படும். இத்தகைய நிகழ்வுகள் தேசத்தின் பல்வேறு பகுதிகளிலும் ஏற்பட்டுள்ளன. சில இடங்களில் ஓராண்டுக்கும் மேலாக இத்தடை தொடர்ந்துள்ளது.

ஊர் மக்களின் இத்தகைய சமூக விலக்கலை முன்னாள் தீண்டத்தகாதார் எதிர்கொண்டனர். வன்முறைகளும் ஏற்பட்டன. தலித் மக்கள் மீது ஒட்டுமொத்தமாக வன்முறை ஏவப்படும். தலித் எழுச்சி இயக்கத்தில் பங்குபெறாதவர்களும் பாதிக்கப்படுவார்கள். 'கட்டுக்கடங்கா பழிக்குப் பழி' நிகழும் (மென்டல்சோன் & விக்சியானி 2000; கோரிஞ்ச் 2005). இத்தகைய வன்முறைகள் கடந்த காலங்களில் அதிகமாயின. தலித்துகளுக்கு எதிரான முதல் பெரிய அளவிலான வன்கொடுமை 1968இல் தமிழகத்தின் தஞ்சை மாவட்டத்தில் கீழ்வெண்மணி கிராமத்தில் நடந்தது. தலித்துகள் கூலி உயர்வு கேட்டுப் போராடியதால் நாற்பத்திரண்டு தலித்துகள் உயிரோடு தீயிட்டு எரித்துக் கொள்ளப்பட்டனர். இவ்வாறே 1977இல் பீகாரில் தரம்புரா கிராமத்தில் தீண்டத்தகாதார் நான்கு பேரை கொன்றுவிட்டனர். பல தசாப்தங்களாகக் கூட்டுக் குத்தகை முறையில் விவசாயம் செய்த நிலத்தைச் சட்டப்படி அவர்கள் உரிமை கேட்டனர். பொருளாதார காரணங்களுக்காக மட்டும் தலித்துகள் தாக்கப்படுவதில்லை. சில கொடுமைகள் மட்டுமே இக்காரணங்களுக்காக நடக்கும். சிலவற்றில்

பொருளாதார காரணங்கள்போல் மேலெழுந்தவாரியாகத் தெரிந்தாலும், அவை மரபான சடங்காசாரங்களை எதிர்ப்பதால் நடக்கும் (ஜோஷி 19822: 676).

ஆந்திரப்பிரதேசத்தில் 1985இல் ஏழு தலித்துகள் ஆதிக்க மக்களாகிய கம்மாக்களால் கொல்லப்பட்டனர். காரணம், தலித்துகள் குடிக்கத் தண்ணீர் எடுக்கும் குளத்தில் உயர்சாதியினர் தங்கள் மாடுகளைக் குளிப்பாட்டினர். ஆந்திரப்பிரதேசத்தில் 1991இல் நடந்த இன்னுமொரு நிகழ்வில் அற்பமான காரணங்களுக்காக நிலக்கிழார்கள் தலித்துகளைக் கொன்றுவிட்டனர். மகாராட்டிரம் கயர்லாஞ்சி கிராமத்தில் 2006இல் ஒரு தலித் குடும்பத்தினர் அனைவரும் ஆதிக்கச் சாதி மக்களால் கொடுமையாகக் கொல்லப்பட்டனர். ஊர் சாதிக்காரன் கொடுமை செய்தது பற்றியும், அடித்தது பற்றியும் காவல் நிலையத்தில் தலித் குடும்பத்தார் கொடுத்த புகாருக்காக இவர்கள் மொத்தமாகக் கொல்லப்பட்டனர் (மொஹந்தி 2007).

இத்தகைய வியப்பூட்டும் நிகழ்வுகள் தவிர முன்னாள் தீண்டத்தகாதார் பல்வேறு வகையான அன்றாட கொடுமைகளையும் அவமானங்களையும் அனுபவிக்கின்றனர். அடி உதை, கற்பழிப்பு, கொலை, மன உளைச்சல் என இவை நீளுகின்றன. தலித் இளைஞர்கள் உயர்சாதிப் பெண்களை மணக்கும்போது அவர்கள் ஆணவக் கொலையால் இறக்கின்றனர். தலித்துகள் மீது சாதி ரீதியிலான குற்றங்கள் தொடர்ந்து நிகழ்வதை அட்டவணை –1இல் காணலாம். இவை யாவும் அறிவிக்கப்பட்ட குற்றங்கள். எல்லா வழக்குகளும் காவல் நிலையத்தில் பதியப்படுவதில்லை. தீண்டாமை குறைந்த அளவிலாவது தொடர்ந்து பின்பற்றப்படுகிறது. தலித்துகள் மீதான கொடுமைகள் அடிக்கடி நிகழ்கின்றன. இவை இந்தியச் சமூகத்தின் பொருளாதார, சமூக அமைப்பில் அவர்கள் விளிம்பு நிலையில் உள்ளதையே காட்டுகின்றன.

முன்னாள் தீண்டத்தகாதாரின் மீது வன்முறைகள் நிகழ்வதற்கு அதிகம் சொல்லப்படும் காரணம் அவர்களின் எழுச்சியாகும். எழுச்சி ஒருபுறம் இருந்தாலும் அவர்கள் இன்றும் மரபான ஆதிக்கச் சாதி மக்களைச் சார்ந்தே வாழ்கின்றனர்.

முன்னாள் தீண்டத்தகாதாரின் எழுச்சி என்பது அவர்கள் கண்ணியத்தை அடைவதற்கான முயற்சியாகும். அது நீண்ட இயக்கவியல் சார்ந்த வரலாறு கொண்டது. அது இந்தியச் சமூகத்தில் ஏற்பட்ட பரந்த மாற்றங்களைப் பிரதிபலிக்கிறது.

சமூக ஒழுங்கமைப்பிலும் மாற்றங்களைக் காட்டுகிறது. அடுத்த இயலில் சாதியின் சமூகப் படிநிலை குறித்துக் காண்போம்.

அட்டவணை 1: அட்டவணைச் சாதிகளுக்கு (எஸ். சி.) எதிரான குற்ற நிகழ்வுகள் பற்றிய ஒப்பீடு

வ.எண்	குற்றவகை	2001	2002	2003	2004	2005	2005க்கும் 2004க்கும் வேறுபாடு %
1	கொலை	763	739	581	654	669	2.3
2	வன்புணர்வு	1,316	1,331	1,089	1,157	1,172	1.3
3	கடத்துதல்	400	319	232	253	258	2.0
4	மோசடி	41	29	24	26	26	0.0
5	திருட்டு	133	105	70	72	80	11.1
6	தீவைப்பு	354	322	204	211	210	–0.5
7	காயப்படுத்துதல்	4,547	4,491	3,969	3,824	3,847	0.6
8	குடிமை உரிமைகள் பாதுகாப்பு	633	1,018	634	364	291	–20.0
9	எஸ்.சி/எஸ்.டி வன்முறை தடுப்புச் சட்டம்	13,113	10,770	8,048	8,891	8,497	–4.4
10	பிற	12, 201	14,383	114,351	11,435	11,077	–3.1
	மொத்தம்	33,501	33,507	26,252	26,887	26,127	–2.8

மூலம்: Crime in India 2005, National Crime Records Bureau, Ministry of Home Affairs, as in Eleventh Five Year Plan, Volume 1, Planning Commission. Available at http: //planningcommission.nic.in/plans/planrel/fiveyr/11th/11_v1/11th_vol1.pdf (p.103), accessed on 20 October 2009.

4

எதிர்க்க வேண்டியதாகிறது சாதி

சாதி எனும் நிறுவனம் பழமைவாதம் சார்ந்த ஒரு சமூக அமைப்பு என்றே கிட்டத்தட்ட எல்லோராலும் கருதப்படுகிறது. முதல் இயலில் நாம் பார்த்தவாறு சமூகவியல், சமூக மானிடவியல் ஆகியவற்றின் செவ்வியல் எழுத்துகள் சாதி மரபான சமூக வாழ்க்கைக்கானது என்கின்றன. மூடிய சமூக அடுக்கமைப்புக்கு ஒரு மிகச் சிறந்த உதாரணமாகவும் சாதி திகழ்கிறது. மரபான நிறுவனங்களில் சாதி மிகவும் இறுக்கமானது, மாறாதது. இந்துச் சமூக அமைப்பில் எல்லாவற்றையும் தன்னுள் அடக்கிக் கொண்டதாக அது உள்ளது. இந்தியச் சமூகம் பற்றிய இந்த வெகுசனப் புரிதலோடு சாதி பண்டைக் காலத்தில் தோன்றியது என்பதையும் கவனிக்க வேண்டும். சாதியானது அதன் சமூக பிரபஞ்சமான கிராமத்தோடு சேர்ந்து எல்லா வகையான அரசியல் போராட்டங்களையும் கண்டு வந்துள்ளது. சாதி பற்றிய இத்தகைய புரிதலென்பது 19ஆம் நூற்றாண்டில் ஐரோப்பியர்கள் இந்திய நாகரிகம் பற்றி அறிய முற்பட்டதால் ஏற்பட்டதாகும். சமூக அறிவியலின் மைய நீரோட்ட எழுத்துகளில் கார்ல் மார்க்சின் கருத்துகளும் கவனத்துக்குரியவை. இந்தியக் கிராமத்தையும் சாதியையும் குறித்துப் பேசும்போது மார்க்ஸ் குறிப்பிடுகிறார்: '...சாதியாலும் அடிமை முறையாலும் இந்தச் சிறு சமூகங்கள் மாசு பட்டிருக்கின்றன. இதனால் மனிதன் அவனுடைய உரிமைகளோடும் அதிகாரங்களோடும் மேன்மை பெறாமல் புறச்சூழலுக்குள் அடக்கப்பட்டான். இதனால் சுய முன்னேற்றம் காண வேண்டியதை

விடுத்து அவன் என்றும் மாறாத இயற்கை விதியோடு (சாதி) மாட்டிக் கொண்டான். . .' (1853).

இச்சூழலில் இந்தியச் சமூகத்தை மாற்ற முனைந்த ஆங்கிலக் காலனி ஆட்சியின் வரலாற்று முக்கியத்துவம் குறித்து மார்க்ஸ் பேசும்போது, '. . . இங்கிலாந்து செய்த குற்றம் எதுவாக இருந்தாலும், அவளே வரலாற்றின் நனவிலி கருவியாகச் செயல்பட்டுப் புரட்சிக்கு வித்திட்டாள்' என்றார் (மேலது).

இந்தியாவின் சமூக, பொருளாதார 'தேக்கநிலைக்குச்' சாதியே காரணம் எனும் கருத்தை மார்க்ஸ் மட்டும் கூறவில்லை. 19ஆம் நூற்றாண்டில் மேற்கு ஐரோப்பாவில் இந்தியச் சமூகம் பற்றிப் பேசப்பட்ட இந்தப் பொதுப் புரிதலை மார்க்ஸ் கணக்கில் கொண்டிருந்தார். சாதியே மாற்றங்களுக்கு வேகத்தடையாக உள்ளது அல்லது தயக்க உணர்வை ஏற்படுத்துகிறது. அது இந்தியர்களைத் தம் கருமம், ஊழ்வினை, விதி என்றெல்லாம் எண்ண வைக்கிறது. அதுவே சுரண்டலுக்கும் அமுக்கப்பட்ட நிலைக்கும் காரணமாகிறது. இக்கோட்பாட்டைச் சமகால இந்தியாவின் தலைசிறந்த வரலாற்றாசிரியர் பேரிங்டன் மூர் ஜூனியர் வேளாண் பொருளாதாரத்திற்குப் பயன்படுத்துகிறார். காலனிய காலத்திற்கு முன்பும், காலனி காலத்திலும் இந்திய விவசாயிகள் மந்த கதியில் இருந்தனர். அவர்கள் சாதி எனும் ஒரு வியப்பான வேளாண் சமூக அமைப்பைக் கொண்டிருந்தனர் என்றார் (1966: 315).

மைய நீரோட்ட சமூக அறிவியல்களாகிய பொருளியல், சமூகவியல், அரசறிவியல் முதலான துறைகளில் இந்தியச் சமூகம் பற்றி மேற்கண்டவாறு வெளிப்படையாகப் பேசப்பட்டது. இரண்டாம் உலகப் போருக்குப் பிந்தைய நவீனமயமாக்கம், வளர்ச்சி முதலானவை பண்பாட்டு முன்அனுமானத்துடன் நோக்கப்பட்டன. இந்தியா மேற்குலகைப் போல நவீனமடையவும், சனநாயகத் தன்மை அடையவும் வேண்டுமானால் அது பாரம்பரியமாக வரக்கூடிய சாதி எனும் நிறுவனத்திலிருந்து விடுபட வேண்டுமென சமூக அறிவியலர்கள் கூறினர் (காண்க: எடுத்துக்காட்டாக, இங்கெல்ஸ் & ஸ்மித் 1974).

சாதி பற்றிய மேற்கத்தியக் கருத்தை நவீன இந்தியர்கள் தன்வயப்படுத்திக் கொண்டனர். எடுத்துக்காட்டாக, இந்தியாவின் முதல் பிரதம மந்திரி ஜவகர்லால் நேரு நவீன இந்தியர் களின் பிரதிநிதியாக இருந்தார். அவர் 'சாதி'யை முழுவதும் ஒத்திசைவற்றது, பிற்போக்கானது, முட்டுக்கட்டை போடுவது, வளர்ச்சிக்குத் தடையாக இருப்பது' என்றெல்லாம் வர்ணித்தார் (நேரு 1946: 257). 1950, 60களில் ஒவ்வொரு நடுத்தர நவீன இந்தியனுக்கும் சாதி என்பது மரபான நிறுவனம், தீங்கு

விளைவிப்பது, சமூக நோய் போன்றது, எவ்வித மேம்பாட்டுக்கும் வழியமைக்காதது எனும் கருத்து வலுப்பட்டது (தேஷ்பாண்டே 2003: 1998). காந்தி மட்டுமே இந்தியக் கிராமங்களையும், சாதிய வேலைப்பிரிவினை கொண்ட சமூக அமைப்பையும் விதந்து பேசினார். விடுதலை இந்தியாவில் வேறெந்த நபரும் சாதி முறையைப் பரிந்துரைத்துப் பேசவில்லை. விடுதலை இந்தியாவில் 'சாதியை அழித்தொழிக்க' தீவிரமான எந்த முயற்சியையும் எடுக்கவில்லை. சாதி வேறுபாடுகளையும் ஒதுக்குதல்களையும் போக்க எந்த முயற்சியும் எடுக்கவில்லை. சட்ட ரீதியாகவும், நிர்வாக முறையிலும், வளர்ச்சித் திட்டங்கள் வாயிலாகவும் முயற்சிகள் மேற்கொள்ளப்பட்டன. இவை யாவும் நன்றியோடு எண்ணத்தக்கவை. சாதி சில மாற்றங்களை அனுபவித்தது. இது கடந்த ஒரு நூற்றாண்டாக நிகழ்ந்து வருகிறது.

கடந்த நூற்றாண்டில் மட்டும் சாதி எனும் நிறுவனம் மாற்றங்களைக் காணவில்லை. இதற்கு முந்தைய இயல்களில் நான் விவாதித்தவாறு சாதியானது எப்போதும் அசையா திடப்பொருளாக இல்லை. மற்ற சமூக நிறுவனங்கள் போலவே நடைமுறையிலும், கருத்தாக்க அளவிலும் சாதியானது நீர்மத்தன்மையுடன் காணப்பட்டது. கடந்த நூற்றாண்டுகளில் சாதி இறுக்கத்துடன் கட்டுக்கோப்பாக இருந்தது என்பதும், 19,20ஆம் நூற்றாண்டுகளில் காலனி ஆட்சியில்தான் மாற்றங் களைக் கண்டது என்பதும் உண்மையல்ல. அரசியல் அமைப்பில் ஏற்பட்ட மாற்றங்களுக்கு ஏற்ப சாதி முறையும் மாறியது எனலாம். வரலாற்றாசிரியர்கள் குறிப்பிடுவதுபோல இந்தியக் கிராமங்களின் பொருளாதாரம் தேக்கமடையவில்லை; மாறிக்கொண்டிருந்தது. சாதிகளுக்கிடையிலான உறவுகளும் மாற்றத்திற்குட்பட்டது (காண்க: எடுத்துக்காட்டாக நீல் 1962; ஹபிப் 1963). சாதிப் படிநிலைக்கு எதிராகச் செயல்படும் காரணிகளை இந்த இயல் சுருக்கமாக முன்வைக்கும். இதில் கீழிருந்து மேல்நோக்கி அணுகுவது, மேலிருந்து கீழ்நோக்கிப் பார்ப்பது ஆகிய இரண்டுமே இடம்பெறுகின்றன. ஆங்கிலேயர்கள் இங்கு மேற்கத்தியக் கல்வியையும், நவீன தொழில்நுட்பத்தையும் அறிமுகப்படுத்துவதற்கு வெகு முன்பாகவே வரலாறு நெடுக சாதி முறையானது எதிர்ப்புகளைச் சந்தித்துள்ளது. இவை சாதியமைப்பின் சமூக உறவுகளில் வட்டார அளவிலும், அதற்கப்பாலும் பாரதூரமான மாற்றங்களை ஏற்படுத்தின.

கீழிருந்து முன்னெடுக்கப்பட்டவை

வரலாறு, மானிடவியல் சார்ந்த எண்ணற்ற ஆய்வுகள் கருத்தியல் ஒத்திசைவைக் காட்டவில்லை. படிநிலையில் அடித்தளத்தில்

உள்ளவர்கள் தங்களுடைய தாழ்ந்த நிலையை ஒப்புக் கொள்வதில்லை. கடந்த காலத்தின் கருமத்தால், இயற்கையாக நடந்த ஒன்றால் தாழ்வு ஏற்பட்டது என்பதை மறுக்கிறார்கள். மற்றவர்களின் நயவஞ்சகத்தாலும், சூழ்ச்சியாலும் இந்நிலை ஏற்பட்டது என்கிறார்கள். இன்னொரு வகையில் சொல்வதானால், சமஸ்கிருதமயமாதலால் மட்டுமே ஒருவர் சாதி அடுக்கிலிருந்து தன் வரிசையை மாற்றிக் கொள்ள முடிவதில்லை. அரசியல் ரீதியாகவும், பொருள் ரீதியாகவும் மேற்கொண்ட எதிர்நீச்சலும் இதில் பங்கு வகிக்கின்றது. அவ்வாறே மாறி வரும் பொருளாதார, மக்கள்தொகை நிலவரங்களும் ஒரு சாதியின் தரவரிசைக்கு ஊக்கப்படுத்துகின்றன.

மத செயல்பாடுகளால் வியப்பூட்டும் வகையில் எதிர்ப்பு இயக்கங்களும் சாதி மறுப்பு முயற்சிகளும் நிகழ்ந்துள்ளன. பௌத்தத்தின் எழுச்சியே சாதியமைப்புக்கு எதிராக நடந்த முதல் பெரிய இயக்கமாகும். இதனைத் தோற்றுவித்த கௌதம புத்தர் மனித குலத்தின் ஒன்றியத்தை வலியுறுத்தினார். சாதி மத பேதமில்லாமல் மக்கள் அனைவரும் பொதுவான சிக்கல்களையும் துன்பங்களையும் அனுபவிக்கிறார்கள். இவற்றிலிருந்து விடுபட்டு விமோசனம் பெறுவதற்குப் புத்தர் எட்டு வழிமுறைகளைப் போதித்தார். இன்றுள்ள மத நடைமுறைகளைத் தூக்கியெறிய வலியுறுத்தினார். சடங்குப் பலிகளையும் பிராமணப் பூசாரிகளையும் கைவிட்டுப் புத்தாக்க நெறிக்கு வருமாறு அழைத்தார். இதன் மூலம் தனிநபர்கள் நிர்வாணத்தை அடையும் முயற்சிகளை மேற்கொள்ளலாம் என்றார் (கீர், குமார் காட்டுவதிலிருந்து 2011: 12–13). அவருடைய காலத்தின் பிராமண மதத்திற்கு மாறாக, அனைவரும் சமத்துவத்துடன் வாழவும் விடுதலை பெறவும் போதித்தார் (குளோஸ்டர்மெய்ர், மேலது: 13). பௌத்த மார்க்கம் அக்காலத்தில் செல்வாக்கு பெற்றதுடன், பண்டைய இந்தியாவில் அரசு மதமாகவும் செல்வாக்குப் பெற்றது. அசோகர் உள்ளிட்ட அரசர்களின் ஆட்சியில் இந்நிலை காணப்பட்டது. இந்திய மண்ணிலிருந்து ஆசியாவின் மற்ற பகுதிகளுக்கும் அது பரவியது. இருப்பினும் பல்வேறு வரலாற்றுக் காரணங்களால் பல நூற்றாண்டுகள் செல்வாக்குடன் திகழ்ந்த இந்த மதமானது இந்தியாவில் செல்வாக்கிழந்தது.

சாதிகளின் வரிசையையும் பிராமணர்களின் மேலாதிக்கத்தையும் மீண்டும் இடைக்காலத்தில் கபீர், ரவிதாஸ், நானக் போன்ற புலவர்கள் எதிர்த்தனர். இவர்களில் சிலர் அடித்தட்டு சாதிகளைச் சேர்ந்தவர்கள் (லீலே 1981;லோரன்சன் 1987). புத்தரைப் போலவே இவர்களும் பிராமண ஆசாரங்களை விமர்சித்தனர். அத்துடன் உலகளாவிய விழுமியங்களையும், சமத்துவத்தையும்,

கண்ணியத்தையும் போதித்தனர். இறைவன் சாதிகளிடையே பேதங்களைப் படைக்கவில்லை என்றனர். பிராமணர்கள் செய்கின்ற சடங்கு முறைகளை இறைவன் விரும்பவில்லை என்றும் பரப்பினர். இப்புலவர்களின் சில பாடல்கள் பிராமணர்களை யும் பிராமணக் கருத்தியலையும் எதிர்க்கின்றன. கபீரின் ஒரு பாடல் இதனை வெளிப்படையாகப் பேசுவதைக் காண்போம்.

பண்டிட்டுகளே
உங்கள் இதயத்திலிருந்து அறிவைத் தேடுங்கள்
தீண்டாமை எங்கிருந்து வருகிறது? சொல்லுங்கள்!
நாம் கைகளைத் தொட்டு கழுவுகிறோம்
தொடுவதாலேயே இந்த உலகம் பிறந்தது.
இதனால் தீண்டாமை யாருடையது?
மாயையின் இழுக்கால் ஆனவன் அவனல்ல
எல்லோருக்கும் ஓரே தோலும் எலும்பும்தான்
ஓரே இரத்தம், ஓரே மாமிசம்
ஒரு சொட்டிலிருந்து இந்த உலகம்
யாரந்த பிராமணன்? யாரந்த சூத்திரன்?

(குமான் 2011: 14)

அடித்தட்டுச் சமார் (சக்கிலியர்) சாதியைச் சேர்ந்தவர் புலவர் ரவிதாஸ். இன்றைய உத்திரப்பிரதேசத்தில் பனாரஸ் நகருக்கருகில் பிறந்தவர். இவர் ஒரு கற்பனை உலகைப் (utopia) படைத்தார். அங்கு அனைவரும் சமமாக, கண்ணியமாக நடத்தப்பட்டனர். அவர் இயற்றிய 'பெகும்புரா' பாடலில் வரும் கற்பனை நகரில் துன்பங்கள் இல்லை; கொடுமைகள் இல்லை; வலிகள் இல்லை; வெளியே செல்வதற்கும் உள்ளே வருவதற்கும் எந்தத் தடையும் இல்லை; எந்தப் பயமும் இல்லை. அப்பாடல் வருமாறு:

அந்த அரசாட்சியில் துன்பங்கள் இல்லை
அதனைப் பெகும்புரா என்றழைத்தனர்
வலியற்ற இடமது
வரிகளற்றது; விருப்பமற்றது
சொத்துடைமையற்றது
தீமை, கவலை, பயங்கரம், கொடுமை இல்லாதது
ஓ, சகோதரனே!
அதனைச் சொந்தமாக்க வந்துள்ளேன்
என்னுடைய தூரத்து வீடு அது
அங்கு அனைத்துமே சரியாக உள்ளன
அந்த அரசாட்சி செல்வம் மிக்கது, பாதுகாப்பானது
அங்கு யாரும் மூன்றாவதோ இரண்டாவதோ இல்லை
அனைவரும் ஒன்றுதான்
அங்கு உணவும் பானங்களும் புகழ்பெற்றவை
அங்கு வாழும் அனைவரும் நிறைவுடனும் வளத்துடனும் வாழ்கின்றனர்
அங்குள்ளவர்கள் எதையும் செய்யலாம்

விரும்பும் இடமெல்லாம் நடக்கலாம்
எந்த எதிர்ப்புகளும் இல்லாமல் எங்கும்
தோல் தொழில் இப்போது விடுவிக்கப்பட்டுள்ளது
என்னைத் தொடர்பவர்கள் என் நண்பர்கள்

இந்தப் புலவர் மரபில் வந்த இன்னும் ஒருவர் மஹர் (தலித்) சமூகத்துப் புலவர் கர்ம மேளா. இவர் மகாராட்டிராவில் 14ஆம் நூற்றாண்டில் வாழ்ந்த முனிவர் (புலவரும் கூட) சோக்க மேளா என்பவரின் மகனாவார். இவர் சாதியமைப்பின் மீது காட்டும் கோபத்தைக் கீழ்வரும் கடுமையான வரிகள் காட்டுகின்றன.

நீதான் எங்களைத் தீட்டாக்கினாய்
கடவுள் எதற்கென்று தெரியாது
வாழ்நாள் முழுவதும் மிச்சம் மீதங்களை
உண்டு வருகிறோம்
இது உங்களைப் பாதிக்கவில்லையா
வீடுகளில் அரிசியும் தயிரும் நிறைந்துள்ளன
எப்படி அவற்றைத் தடுக்க இயலும்
சோக்காவின் கர்ம மேளா கேட்கிறார்
என்னை ஏன் நீ பெற்றெடுத்தாய்?

(மெண்டல்சோன் & விக்சியானி 2000: 24).

கபீர், ரவிதாஸ் முதலான புலவர்கள் பெரும் சீடர்களைக் கவர்ந்தனர். இதற்குச் சான்றுகள் உள்ளன. 16,17ஆம் நூற்றாண்டுகளில் சீக்கிய குருமார்கள் தொகுத்த புனித நூல்களில் இப்புலவர்களின் பாடல்கள் சேர்க்கப்பட்டன. 1970, 80களில் களச்செயல்பாட்டாளர்கள் இந்த எழுத்துகளை மீளப் பயன்படுத்தினர். சமகால தலித் இயக்கங்களை இவை ஊக்கப்படுத்துகின்றன (காண்க : ஜோத்கா 2009; ஓம்வெட் 2008).

நவீனகால சீர்திருத்த இயக்கங்கள்

ஆங்கிலக் காலனி ஆட்சிக் காலத்தில் புதிதாக உருவான நடுத்தர வர்க்கத்தினர் மத சீர்திருத்த இயக்கங்களைத் தொடங்கினர். இவர்கள் இந்துக்களின் குடும்ப வாழ்வு முறையையும் சாதி முறையையும் கேள்விக்குள்ளாக்கினர். அவற்றில் சீர்திருத்தம் தேவை என எண்ணியதற்குக் காரணம் கீழ்ச்சாதி மக்கள் கிறித்தவத்திற்கு மதம் மாறத் தொடங்கியதை ஒரு அச்சுறுத்த லாகப் பார்த்ததுதான். மேலும், 'மேற்கத்தியப் பண்பாடு'களின் தரத்துக்கு இணையாக இந்தியப் பண்பாடு வளர வேண்டுமென்ற உள்ளெழுச்சி இவர்களிடம் மேலோங்கியது. இதனால் இந்த இயக்கங்கள் சாதி நடைமுறைகளில் பெரும் தாக்கத்தை ஏற்படுத்தினர். ஆனால் விளிம்புநிலை மக்களுக்கு இதன் மூலம் பலன் கிடைக்கவில்லை. இத்தகைய இயக்கங்களில் மிக முக்கியமானது 'புதிய வேதாந்த' இயக்கமான ஆரிய சமாஜம் ஆகும்.

இந்து மதத்தை வலுப்படுத்தவும், கீழ்ச்சாதி மக்கள் பிற மதங்களுக்குச் செல்லாமல் தடுக்கவும் முனைந்த ஆரிய சமாஜ்வாதிகள் இந்து மதத்தின் பல நடைமுறைகளை விமர்சித்தனர். அவற்றில் தீண்டாமையும் ஒன்று. இந்த இயக்கத்தைத் தோற்றுவித்த சுவாமி தயானந்தா பண்டைய வேத மதத்திற்குத் திரும்ப வேண்டியதை வலியுறுத்தினார். ஏனெனில் அதில்தான் தீண்டத்தகாதவர்கள் இந்து மதத்தின் ஒரு பகுதியாக விளங்கினார்கள். சுவாமிகள் சமய வாழ்வில் பிராமண மேலாதிக்கத்தை எதிர்த்ததுடன், இந்துக்களிடம் நவீன கல்வி முறை பரவ வேண்டுமென்றார். மேலும், இந்து சமூகத்திற்குள் கீழ்ச் சாதியினர் வர வேண்டுமென்றார். ஷுத்தி *(Shuddhi)* எனும் சடங்கியல் பங்கேற்பால் இது சாத்தியமாகும் என்றும் வலியுறுத்தினார். தீண்டாமை என்பது சடங்கியல் தீட்டால் உண்டானது என்றால், அதனைச் சமயச் சடங்குகள் மூலம் நீக்கி அவர்களைத் தீண்டத்தக்கவர்களாக மாற்றலாம் என்றார். ஆரிய சமாஜம் பஞ்சாபில் பிரபலமடைந்தது. இதனைப் பல அறிஞர்கள் ஆவணப்படுத்தியுள்ளனர் (துவா 1970; சர்மா 1985, 1987; பிம்ப்லே & சர்மா 1985).

தீண்டத்தகாதாருக்கு ஷுத்தி இயக்கத்தினர் என்ன செய்தார்கள்? இந்து சமூகத்திலும் அதற்கப்பாலும் அடித்தள மக்களிடம் மாற்றம் ஏற்பட்டதா? இந்து மதத்தில் அவர்கள் சமமானவர்களாக ஏற்கப்பட்டார்களா?

பஞ்சாபைப் பொறுத்தவரை தீண்டத்தகாதாரின் நிலையில் குறிப்பிடத்தக்க எந்த மாற்றத்தையும் இந்த இயக்கம் ஏற்படுத்தவில்லை என பிம்ப்லேவும் சர்மாவும் (1985) கூறியுள்ளனர். மாறாக, அந்த இயக்கம் மேல்தட்டு இந்துக்களை ஒன்றிணைக்க உதவியது. மேலும் உயர்சாதிக்காரர்கள் தீண்டத்தகாதாரை இந்து மதத்திற்குள் வைத்திருக்கவும், அவர்கள் மூலம் அரசியல் பலம் பெறவும் உதவியது. தீண்டத்தகாதாரைப் பொறுத்தவரை அவர்கள் அனைவரும் ஷுத்தி சடங்கைச் செய்துகொண்டனர். ஆனால் வறுமையும் தீண்டாமையும் அவர்களிடம் தொடர்ந்து கொண்டிருந்தன. அவர்கள் விவசாயக் கூலிகளாகவும், இழிவான வேலைகளைச் செய்பவர்களாகவும் காணப்பட்டனர். இவர்கள் பூகோள ரீதியில் தனித்தொதுங்கிய இடத்தில் வாழ்வதென்பதே அவர்கள் மற்ற சாதியாருடன் குறைந்த அளவே வினைபுரிகின்றனர் என்பதைக் காட்டுகிறது. இவர்கள் ஷுத்தி சடங்கைச் செய்து கொண்டதன் மூலம் வேதங்களைப் படிக்கலாம் என்ற உரிமை ஒரு குறியீடாகக் கிடைத்தது; பூநூல் அணிந்து கொள்ளும் வாய்ப்பும் கிடைத்தது (மேலது: 98).

ஆரிய சமாஜ் இயக்கத்தினர் பிராமண ஆசாரங்களை எதிர்த்த அதே வேளையில், தீண்டத்தகாதாரை தூய்மை, தீட்டு அடிப்படையில் மேல்நோக்கி உயர்த்த முயன்றனர். தீண்டாமையைக் கண்டித்த அவர்கள் வர்ணக் கோட்பாட்டை ஒதுக்கவில்லை. ஷுத்தி சடங்கைச் செய்து கொள்ளுதல் மூலம் சடங்கியல் தூய்மையை அடைய முடியுமென்றும், அதன்வழி சமூகத் தகுதியில் மேம்பாடு கிடைக்கும் என்றும் நம்பிக்கை ஊட்டினர்.

அந்தக் காலத்தில் செயல்பட்ட மற்ற சமூக இயக்கங்களின் நிலைமையும் இதுதான். கூப்து (Gooptu) உத்திரப்பிரதேசத்தில் மேற்கொண்ட ஆய்வின் மூலம் அங்கு 'ஆதி இந்து' இயக்கமானது பஞ்சாபில் செயல்பட்ட ஆரிய சமாஜம் போலவே இருந்தது என்கிறார். இந்த இயக்கங்களின் தலைவர்கள் சாதிமுறையையோ இந்து மதத்தையோ நேரடியாக எதிர்க்கவில்லை (கூப்து 2001). இத்தகைய இயக்கங்கள் இத்துணைக் கண்டத்தின் பல பகுதிகளிலும் செயல்பட்டன (காண்க: ஷா 1975; 2004). இந்த இயக்கங்களின் முக்கிய நோக்கம் தீண்டத்தகாதவர்கள் கிறித்துவத்திற்கும் இஸ்லாத்துக்கும் மதம் மாறாமல் தடுக்க வேண்டும் என்பதாகும். இம்மக்களின் சனத்தொகை அரசியல் ரீதியாக முக்கியமானது. ஏனெனில் அப்போது தேசியம் சார்ந்த பற்று மத உணர்வுகளோடு வளர்ந்து கொண்டிருந்தது.

மாற்று அல்லது தீவிர இயக்கங்கள்

அடித்தளச் சாதிகளுக்காகத் தோற்றுவிக்கப்பட்ட மாற்று அல்லது தீவிர இயக்கங்களின் வியூகங்கள் ஏறக்குறைய சீர்திருத்த இயக்கங்களின் பாணியிலேயே அமைந்தன. இவை ஆங்கிலக் காலனி ஆட்சிக் காலத்திலும் தோன்றின. இவற்றில் சில இயக்கங்கள் இந்து சீர்திருத்த இயக்கங்களுக்கு எதிர்வினையாற்றும் வகையில் உருவாயின. இந்த வகையிலான சமூக இயக்கங்களில் மிக அதிகமாக அறியப்பட்ட இயக்கம் தென்னிந்தியாவிலும் மகாராட்டிராவிலும் உருவான பிராமணரல்லாதார் இயக்கமாகும் (பாண்டியன் 1996). இதனைப் பிற்படுத்தப்பட்ட சாதியார் தோற்றுவித்தனர். இவர்கள் தீண்டத்தகாதாரை இந்த இயக்கத்தில் சேர்த்துக் கொள்ளவில்லை. இருப்பினும், இந்த இயக்கங்கள் சாதிப் படிநிலையையும், பிராமணப் பண்பாட்டையும், சமூக முறையையும் விமர்சித்தனர். இதனால் தலித் இயக்கங்கள் உருவாகுவதற்கான தளம் உண்டாக்கப்பட்டது. பின்னாளில் தீவிரமான, தன்னாட்சியான தலித் இயக்கங்கள் எங்கு உருவாயின என்றால், பிராமணரல்லாதார் இயக்கங்கள் எங்கு வலுவுடன் செயல்பட்டதோ அங்கெல்லாம் தோன்றின எனலாம்.

தமிழகத்தில் ஊரகப் பகுதிகளைச் சேர்ந்த வசதி படைத்த மேல்நோக்கி நகரக்கூடியவர்கள் இவற்றில் முனைப்புக் காட்டினர். இந்த பிராமணரல்லாதார் இயக்கங்கள் பிராமணர்களின் மேலாதிக்கத்தைக் கேள்விக்குள்ளாக்கினர் (ராவ் 1979; இர்ஷிக் 1969). பின்னர் இதில் ஒரு பிரிவினர் இந்து மதத்தைக் கேள்விக்குள்ளாக்கியதோடு பொதுவில் மதம் என்பதையே விமர்சித்தனர். சில தலைவர்கள் வெளிப்படையாகவே நாத்திகத்தைப் போதித்தனர். மகாராட்டிராவில் பிற்படுத்தப்பட்ட சாதிகளின் இயக்கங்கள் தலித் இயக்கங்கள் தோன்றுவதற்கு வழிகாட்டின (ஓம்வெட் 1976). அம்பேத்கர் தலைமையில் மகாராட்டிர தலித்துகளில் ஒரு பிரிவினர் 1956ஆம் ஆண்டு பௌத்தத்தைத் தழுவிக் கொண்டனர் (வில்கின்சன் & தாமஸ் 1972; செல்லியாட் 1977; ஓம்வெட் 1976, 1994; ஜோஷி 1986; பெல்ட்ஸ் 2005). இந்த இயக்கமானது மகாராட்டிரத்தில் மஹர் தலித்துகளை ஒன்று திரட்டியது. இந்த இயக்கம் 'புதிய பௌத்தம்' எனும் இயக்கமாகப் பெயர் பெற்றது. இந்த இயக்கமே சமகால தலித் இயக்கம் உருவாவதற்கு மிக முக்கிய பங்காற்றியது. அதனால் இது பற்றிச் சற்று விரிவாகக் காண்போம்.

1931இல் காலனி ஆட்சியில் குடிமதிப்பு எடுத்தபோது மகாராட்டிராவில் மஹர்களே தீண்டத்தகாத சாதிகளில் அதிக எண்ணிக்கையில் வாழ்ந்தனர். இவர்கள் மொத்த மக்கள் தொகையில் 11 விழுக்காடு. தீண்டத்தகாதாரின் மொத்த அளவு 16.47 விழுக்காடு. அந்த மாகாணத்தின் ஆதிக்கச் சாதியாக விளங்கிய மராட்டியரின் எண்ணிக்கை 20.2 விழுக்காடாகும். இவர்களுக்கடுத்து இரண்டாவது பெரிய சாதி மஹர்தான். இவர்கள் தீண்டத்தகாதார் என்றாலும் ஜேஃபர்லாட் (2004: 20) குறிப்பிடுவதுபோல மஹர்கள் அடித்தளச் சாதிகளிலேயே மேல்நிலையில் உள்ளவர்கள்.

அம்பேத்கர் மஹர் குடும்பத்தில் பிறந்தவர். காலனி அரசின் இராணுவத்தில் அதிகம் பணியாற்றியவர்கள் மஹர்கள். இராணுவத்தினர் வசிக்கும் கண்டோன்மெண்ட் பகுதியில் அம்பேத்கர் வளர்ந்தவர் என்பதால் மகாராட்டிர ஊரகப் பகுதிகளில் மஹர்கள் சந்தித்த வன்கொடுமைகள், சாதி ஒடுக்கம் முதலானவற்றை இவர் அனுபவிக்கவில்லை. ஆனால் நீண்ட காலத்திற்கு இப்படியான வாழ்வை அம்பேத்கர் கொண்டிருக்க வில்லை. சாதி அடிப்படையிலான ஓரவஞ்சனைகளிலிருந்தும், சமூக வேற்றுமைகளிலிருந்தும் அம்பேத்கர் நீண்டகாலம் ஒதுங்கியிருக்கவில்லை. இவற்றுடன் வாழவேண்டிய தருணம் விரைவிலேயே அவருக்கு ஏற்பட்டது. இதனை எதிர்கொள்வதற்கு அம்பேத்கர் மதத்தைக் கையிலெடுத்தார். இதனுடன் அம்பேத்கருக்கு

ஏற்பட்ட உறவு விசித்திரமானது. சமூகத்தில் பாகுபாடுகளையும் படிநிலையையும் அங்கீகாரம் செய்கின்ற சாதி முறையை இவர் கடுமையாக விமர்சித்தார். தீண்டாமையையும் அவமானத்தையும் தூக்கியெறிய பௌத்தத்தைத் தழுவினார். அறிவுஜீவியாகவும், இந்து மத விமர்சகராகவும் கடமையாற்றியதோடு, தலைவராகவும், அனைவரையும் ஒன்றிணைக்கும் மதபோதகர் எனும் நிறுவனமாகவும் பணியாற்றினார். இதன் மூலம் அவமானப் பட்டிருந்த அடித்தள மக்களைக் கண்ணியத்தோடு வாழ அழைத்தார்.

தீண்டாமைக்கும், சாதிகளின் சமத்துவமின்மைக்கும் எதிராக 30 ஆண்டுகளுக்கும் மேலாகப் போராடினார். அம்பேத்கர் அதனை நான்கு வழிமுறைகளில் மேற்கொண்டார் என்கிறார் கிரிஸ்டோஃப் ஜாஃப்ரிலோ (2004, 2009). முதலில், அம்மக்களின் கௌரவமான அடையாளத்தை உருவாக்க முயன்றார். இதன் மூலம் மாற்று வரலாற்றை உருவாக்க விரும்பினார். இந்த வரலாறானது அம்மக்களின் தாழ்த்தப்பட்ட நிலைக்கு என்ன காரணம் என்பதை விளக்க வேண்டும் எனவும், இப்போதைய நிலையை நியாயப்படுத்தக் கூடாது எனவும் எண்ணினார். இரண்டாவது வழிமுறை ‘தேர்தல் அரசியலில்’ பங்கேற்பதாகும். மூன்றாவது வழியே முக்கியமானதாகும். அடித்தள மக்களை முன்னேறுவதற்கு ஆங்கிலக் காலனி அரசு முதல் காங்கிரஸ் ஆட்சி வரை ஆட்சியாளர்களுடன் இணைந்து செயல்பட வேண்டமென எண்ணினார். இறுதி வழிமுறை இன்னும் முக்கிய மானது. தானும் தம் மக்களும் இந்து மதத்திலிருந்து வெளியேற வேண்டும் எனக் கருதினார்.

இந்தியத் துணைக் கண்டம் முழுவதிலும் உள்ள தலித்து களுக்குப் புதிய பௌத்த இயக்கமே முக்கியமான இயக்கமாக அமையுமென்று அம்பேத்கர் கருதினார். ஆனால் அது மகாராட்டிரத்தில் மஹர்களுக்கு மட்டுமான இயக்கமாகவே இருந்தது. அம்பேத்கரும் இச்சமூகத்தைச் சேர்ந்தவர்தான். இந்த இயக்கத்தின் அறைகூவல் தமிழகத்திலும் (அலாய்சியஸ் 1998), உத்திரப்பிரதேசத்திலும் (ஜோஷி 1977) ஓரளவு ஒலித்தது. இக்குரலின் மூலம் தலித்துகள் பௌத்தத்திற்கு மதமாற்றம் அடைவது குறைவாக இருந்தாலும் இந்து மதம் பற்றிய அம்பேத்கரின் கடும் விமர்சனம் தொடர்ந்து தலித் மக்களால் ஏற்றுக்கொள்ளப் பட்டது (ஜெஃப்ரிலாட் 2004). எல்லா இடங்களிலும் தலித் மக்களின் அடையாளக் குறியீடாக ஏற்றுக் கொள்ளப்பட்டார். இது அவர்களுக்கு ஒரு நம்பிக்கையைக் கொடுத்தது; தாம் தீண்டத்தகாதவர் இல்லை எனும் அடையாளத்தையும் கொடுத்தது (செலியாட் 1970, 1977).

தலித் இயக்கங்களில் இன்னுமொரு முக்கியமான செயல்திறம்மிக்க இயக்கம் ஆத் தர்மம். இது பஞ்சாபில் செயல் பட்டது (ஜீயர்கென்ஸ்மெயர் 1988). ஆங்கிலக் காலனி அரசு இப்பிரதேசத்தில் உருவாக்கிய புதிய பொருளாதார வாய்ப்புகளால் இந்த இயக்கம் உருவானது என்கிறார் ஜீயர்கென்ஸ்மெயர். இப்பிரதேசத்தை வென்ற பின்னர் ஆங்கிலேயர்கள் பஞ்சாபின் ஜலந்தர் நகரில் கண்டோன்மெண்ட் ஒன்றை நிறுவினர். இதற்குத் தோல் பொருட்கள் பெருமளவு தேவைப்பட்டது. ஆங்கிலப் படைக்குத் தேவையான கனமான காலணிகள், புதை செருப்புகள் தேவைப்பட்டன. இத்தேவையை அக்காலத்தில் வணிகத்தில் ஆதிக்கம் செலுத்திய முஸ்லிம் வணிகர்களால் ஈடு செய்ய முடிய வில்லை. அப்போது உள்ளூரில் தோல் தொழிலில் ஆதிக்கச் சாதியாக விளங்கிய சமார்கள் இச்சூழலை நன்கு பயன்படுத்த தொடங்கினர். வணிக மனப்பான்மை கொண்ட சமார்கள் இப்புதிய தேவையை ஈடு செய்ய முனைந்தனர். இதனால் பஞ்சாபில் தோபா பகுதிச் சமார்கள் நல்ல முறையில் சம்பாதிக்கத் தொடங்கினர். காலனி ஆட்சியாளர்கள் அறிமுகப்படுத்திய புதிய கல்வியும், இந்தச் சீர்திருத்தவாதிகளின் முயற்சியும் மேல்நோக்கி நகர முயன்ற இந்த தலித் மக்களைப் புதிய அரசியல் முகத்துடன் செயல்பட உதவின.

தலித் சாதியான இந்தச் சமார் சமூகத்து மங்குராம் என்பவரின் தந்தை தோல் தொழிலின் புதிய தேவைகளைப் பூர்த்தி செய்வதில் ஈடுபட்டார். இவர் ஆர்ய சமாஜ் இயக்கத்தினர் உருவாக்கிய பள்ளியில் கல்வி கற்றவர். பட்டப் படிப்பை முடித்தவுடன் இவருடைய தந்தை மங்குராமைக் கலிஃபோர்னியாவில் வேலை தேட அனுப்பி வைத்தார். ஆனால் தம் சமூகத்துக்குப் பணியாற்ற சில ஆண்டுகளிலேயே இந்தியா திரும்பிவிட்டார். தொடக்கத்தில் ஆர்ய சமாஜ் இயக்கத்தில் பணியாற்றினார். ஆனால் விரைவிலேயே அதிலிருந்து பிரிந்து தலித்துகளுக்கான தனி இயக்கத்தை ஆரம்பித்தார். முஸ்லிம்கள், இந்துக்கள், சீக்கியர் போன்று தீண்டத்தகாதவர்களும் ஒரு தனித்துவமான மதத்தினர் (கயாம்) என வாதிட்டார். இது காலக் கணக்கில்லாமல் நிலைத்து வரும் மதம் எனவும் வாதிட்டார் (ஜீயர்கென்ஸ்மெயர் 1988: 45). இவருடைய வியூகம் தலித்துகளை இந்து மதத்திலிருந்தும் சாதியடுக்கிலிருந்தும் வெளியேற்றுவதாகும். 1931இல் குடிமதிப்பு எடுக்கத் தொடங்கியபோது ஆத் தர்மிகள் இம்மக்களை இந்து மதத்தினர் எனப் பதியாமல் தனி மதத்தினர் எனப் பதிய வேண்டுமென வலியுறுத்தினர். ஆங்கில நிர்வாகத்தினர் இவர்களின் கோரிக்கையை ஏற்றுக் கொண்டது ஆர்வமூட்டுவதாய் அமைந்தது.

1931ஆம் ஆண்டு பஞ்சாப் குடிமதிப்பில் மொத்தம் 4, 18, 789 பேர் தம்மை ஆத் தர்மிகள் எனப் பதிவு செய்து கொண்டனர். இந்த எண்ணிக்கை அப்போது பஞ்சாபின் மொத்த மக்கள் தொகையில் 1.5 விழுக்காடாகும். அடித்தளச் சாதிகளின் மக்கள் தொகையில் பத்தில் ஒரு பங்காகும். ஜலந்தர், ஹோஷியார்பூர் ஆகிய மாவட்டங்களில் ஏறக்குறைய 80 விழுக்காட்டினர் தங்களை ஆத் தர்மிகள் எனக் குறிப்பிட்டனர் (மேலது: 77). இவர்கள் தங்களைச் சீக்கிய மதத்தோடு அடையாளப்படுத்திக் கொள்ளவில்லை. தங்களுக்கென ஒரு மாற்று மதத்திற்காகவும் சடங்காசாரங்களுக்காகவும் அதை அணுகினர். அது கோட்பாட்டளவில் சாதிக்கு எதிரானதாக இருந்ததோடு, அதன் புனித நூலான குரு கிரந்தம் ரவிதாஸின் பாடல்களைக் கொண்டிருந்தது.

வெற்றிகரமாகச் செயல்பட்ட ஆத் தர்மிகளின் இந்த இயக்கம் தொடர்ந்து வீரியத்துடன் செயல்படவில்லை. 1931இல் பெற்ற மிகப் பெரும் வெற்றிக்கடுத்து அது சிதையத் தொடங்கியது. அதன் வெற்றியே அதன் தோல்விக்கும் காரணமானது. அந்த இயக்கத்தின் தலைவர்கள் மைய நீரோட்ட அரசியலுக்குள் நுழைந்தனர். மங்குராம் பஞ்சாப் சட்டப் பேரவைக்குத் தேர்ந்தெடுக்கப்பட்டார். அப்போது அறிமுகப்படுத்தப்பட்ட இட ஒதுக்கீட்டுக் கொள்கை 'தாழ்த்தப்பட்ட சாதிகள்' எனும் தகுதிப்பாட்டை அடைய வேண்டுமானால் ஆத் தர்மிகள் இந்து மதத்தில் தங்களை அடையாளப்படுத்திக் கொள்ள வேண்டுமென்ற கட்டாயம் ஏற்பட்டது. இதனால் பஞ்சாபின் சமார் சாதியினர் தலித்துகளின் ஓர் உட்பிரிவாகச் சேர்க்கப்பட்டனர். எவ்வாறிருப்பினும் இந்த இயக்கமானது இவர்களுக்கு கண்ணியத்தையும் நம்பிக்கையையும் கொடுத்தது. அது மேல்நோக்கிய நகர்விற்கு ஓர் உந்துவிசையாக அமைந்தது. பஞ்சாபின் ஆத் தர்மிகளும் ரவி தாஸும் சமகால இந்தியாவில் அதிகமான அசைவியக்கத்தை உண்டாக்கியவர்களில் முக்கியமானவர்கள் என்பதில் ஐயமில்லை.

தீண்டத்தகாதாரிலிருந்து தலித்துகள் வரை

தலித் எனும் ஓர்மை உதயமானது. இதனூடே மரபான சமூக ஒழுங்கிலிருந்து உடைத்துக் கொண்டு வெறியேற வேண்டுமென்ற முயற்சிகளும் உதயமாகின. இவ்விரண்டும் எளிய ஒன்றல்ல; சாதாரண செயலும் அல்ல. தலித்துகளின் எழுச்சியானது எல்லா இடங்களிலும் அவர்கள் மீது வன்முறைகளையும், அட்டூழியங்களையும் ஏற்படுத்தியது (ஓம்வெட் 1995: 73). தொழில்முறை சமூகவியலர்கள் ஓர் உண்மையைக் கண்டறிந்தனர்.

விடுதலை இந்தியாவில் தீண்டாமை மெதுவாகக் குறையத் தொடங்கினாலும், தலித்துகளுக்கு எதிரான வன்முறைகள் அதிகரிக்கத் தொடங்கின (பெத்தேய்ல் 2000; ஷா 2000). இத்தகைய வளர்ந்து வரும் புதிய சூழலில் தலித் இயக்கங்களும் தம் நோக்கையும் போக்கையும் மதமாற்றம் என்பதிலிருந்து விலகி குடிமையியல் உரிமைகளைப் பெறுவதிலும், குடிமக்கள் எனும் முழுத் தகுதிப்பாட்டை அடைவதிலும் முனைப்பு காட்டின.

இந்த வகைமையில் உருவான முக்கியமான முதல் இயக்கம் 1970களில் தோற்றுவிக்கப்பட்ட 'தலித் சிறுத்தைகள்' ஆகும். 1972இல் இளம் தலித் குழுவினர் தலித் சிறுத்தைகள் எனும் பெயரில் பம்பாயில் (மும்பை) கூடிப் பேசினர். இதில் எழுத்தாளர் களும் கவிஞர்களும் அதிகம் பங்கேற்றனர். இந்த இயக்கம் மகாராட்டிரத்தை மட்டும் எல்லையாகக் கொள்ளவில்லை. இந்தியாவின் பல்வேறு பகுதிகளிலிருந்தும் தலித்துகள் மீதான வன்முறைகள் தொடர்ந்து வந்து கொண்டிருந்த அந்த வேளையில் புதிய தலித் அமைப்புகளின் உருவாக்கமும், அவற்றின் செயல்பாடுகள் பற்றிய செய்திகளும் வந்துகொண்டிருந்தன. இவற்றின் பரந்த சூழலைக் கெய்ல் ஓம்வெட் பின்வருமாறு உணர்த்துகிறார்.

> '... இந்தக் காலப் பகுதியில் கிராமங்களில் தலித்துகள் மீது பெருகிக்கொண்டிருந்த வன்முறைகள் மிகக்கொடூரமானவை யாகும்; பயங்கரமானவையாகும். இவற்றின் தன்மைகள் ஒவ்வொரு பகுதியிலும் எப்படியிருந்தாலும், புதிய இயக்கமானது தேசம் முழுமைக்கானதாக உருவானது. . .' (1995:73–4).

இதற்கு முந்தைய இயக்கங்கள் இந்தியச் சமூகத்தையும் சாதி முறையையும் பண்பாட்டு ரீதியில் தனித்துவமானவை எனப் பேசி வந்தன. ஆனால் தலித் சிறுத்தைகள் சாதி, இனம் (*race*) இரண்டுக்குமான இணை போக்குகளைச் சுட்டிக்காட்டி, அவர்களைக் கருப்பு இனத்தவர்களோடு ஒப்பிட்டுப் பேசினர். அவர்களுடைய அமைப்பின் பெயர் சுட்டுவதுபோல அமெரிக்காவின் கருப்புச் சிறுத்தைகள் இயக்கத்தின் உந்துதல் இவர்களிடம் நேரடியாக ஏற்பட்டது (ஜோஷி 1986). தலித் சிறுத்தைகள் அமைப்பினர்தான் முதன் முதலாக சாதி பற்றிய தம் கேள்விகளை உரிமை மொழியில் கேட்டனர்.

இத்தகைய நிலைமாற்றம் பரந்த சூழலின் தாக்கத்தால் ஏற்பட்டதாகும். அரசின் கொள்கைகளால் பட்டியல் சாதியினருக்கு இட ஒதுக்கீடு கிடைத்தது. இதற்கு நன்றி சொல்ல வேண்டும். தலித் சமூகங்களிலிருந்து கல்வியறிவு பெற்ற புதியவர்களும், நகரங்களிலிருந்து நடுத்தர வர்க்கத்தினரும்

உருவானார்கள். 1980களின் தொடக்கத்தில் இவர்களின் எண்ணிக்கை கணிசமாக வளர்ந்தது. சாதி பற்றி அவர்கள் கேட்ட கேள்விகள் நகரச் சூழல்களில் அவர்களின் வாழ்வனுபவங்களைக் காட்டின. அரசு அலுவலகங்களின் மற்ற உயர்சாதியினர் போன்று தலித்துகளும் நடந்துகொண்டார்கள். தொடக்கத்திலேயே அவர்களில் பலரும் மற்ற மைய நீரோட்ட நடுத்தர வர்க்கத்தினர் வாழ்வியலோடு ஒன்றிணைந்து விட்டனர். இருப்பினும், அவர்களின் சாதி அடையாளத்திலிருந்து விடுபடுவது அவ்வளவு எளிதல்ல என்பதை வெகு விரைவில் உணர்ந்து கொண்டனர்.

இந்த நடுத்தரவர்க்க தலித்துகள் அவர்களுக்குள்ளேயே தனியாகக் குழுக்களையும் தொழிற்சங்கங்களையும் உருவாக்கிக் கொண்டார்கள். மேலும், அவர்கள் பண்பாட்டுக் குழுக்களையும் படிப்பு வட்டங்களையும் உருவாக்கினார்கள். இத்தகைய முயற்சிகளால் தேசிய அளவில் ஒரு பரந்த தலித் அடையாளம் உருவானது. நாட்டின் பல்வேறு பகுதிகளிலும் தலித் சமூக அரசியல் இயக்கங்கள் தோன்றின (செல்லியாட் 2001; ஷா 2001; ஹார்டுமன் 2009). இந்தப் புதுவகை தலித் செயல்பாட்டாளர்கள் தலித் உரிமைகளை முன்னெடுத்தார்கள். இது பற்றி ஹார்டுமன் எழுதும்போது, '1990களிலிருந்து இந்தியா முழுக்க தலித் இயக்கங்கள் மிகப் பிரமாண்டமாக வளர்ந்து வருகின்றன. இன்று உலகம் முழுக்க தலித் வலைப்பின்னல் விரிந்துள்ளது. புலம்பெயர் தேசங்களிலும் தலித் செயல்பாட்டாளர்கள் உள்ளனர்...' (2009: xii).

தலித் அரசியலுக்கும், அவர்கள் ஒன்றிணைவதற்கும் உலகமயமாக்கல் குறிப்பிடத்தகுந்த அளவில் உதவுகிறது. அகவயமான அளவில் ஏற்பட்ட சீர்திருத்தங்களும் மேனிலை யாக்கமும் ஒருபுறமிருக்க, இன்று தலித் இயக்கங்கள் உலகளாவிய தளத்தில் இயங்குகின்றன. அவை வம்சாவழி, நிறம், இனம், இனக்குழுத்தன்மை (இனவியம்) முதலானவற்றால் உலகெங்கும் ஒடுக்கப்பட்ட மற்ற குழுக்களுடன், சமூகங்களுடன் தம்மை ஒப்பிட்டுக் கொள்கின்றன. இதனால் கூட்டுறவும் இயங்கும் தளமும் விரிகின்றன. தம் துன்பங்களைப் பகிரவும், ஆதரவை வலுப்படுத்திக் கொள்ளவும் முடிகிறது. இத்தகைய பரந்துபட்ட உலகளாவிய செயல்பாடுகளால் அவர்களிடம் அடிமட்ட அளவில் ஒருங்கிணைப்பு இல்லையென அர்த்தமில்லை. தீண்டாமையும் சாதி வன்முறைகளும் கள அளவிலேயே சமாளிக்கப்பட்டு வந்துள்ளன. இங்கு உள்ளூர் நிலையானது உலகளாவிய நிலையிலிருந்து விடுபட்டுத் தனித்தியங்கவில்லை. உலகளாவியச் செயல்பாடுகளும் உலகளாவிய மட்டத்தில் தலித் பற்றிய ஓர்மையும், மேற்குலகில் வாழும் புலம்பெயர் தலித்துகளும் உள்ளூர் மட்டத்தில் தலித் உரிமைகளுக்கும், சாதி பற்றித் தொடர்ந்து கேள்வி கேட்பதற்கும் தூண்டுதலாக அமைந்தது. இவை

பற்றிய முக்கிய வினாக்களோடு ஆய்வு செய்ய வேண்டியுள்ளது. தலித் இயக்கங்கள் கடந்த காலத்திற்கான இயக்கங்கள் அல்ல. அவை தொடர்ச்சியாக வளர்ந்து வரும் சூழலுக்குரியவை.

அரசின் கொள்கையும் மேலிருந்து சாதியை எதிர்கொள்ளுதலும்

சாதியமைப்பில் அடித்தளத்தில் உள்ள மக்களின் ஒன்றுகூடலும் போராட்டங்களும் ஒருபுறமிருக்க, நவீன கால அரசியலமைப்பு இந்தியச் சமூகத்தைச் சனநாயகப்படுத்தவும், சாதியின் செல்வாக்கைப் பொதுவெளியில் குறைக்கவும் கொள்கைகள் வகுத்துள்ளது; சட்டங்கள் இயற்றியுள்ளது. இதற்கு முன்பு விவாதித்தவாறு, மக்கள் கணக்கெடுப்பு நடவடிக்கைகள், ஆட்சியதிகாரத்தில் இருந்தவர்களால் உருவாக்கப்பட்ட சாதி பற்றிய கோட்பாடுகள், நிர்வாகக் காரணங்களுக்காக மக்களை வகை தொகைப்படுத்துதல் முதலான அனைத்தும் சாதி பற்றிய நம்முடைய புரிதலுக்கு உதவியுள்ளன. அவ்வாறே இந்த முயற்சிகள் பலவும் சாதி சனங்கள் தம்மைத் தாமே புரிந்துகொள்ளவும், தம் அடையாளத்தை உருவாக்கிக் கொள்ளவும் தூண்டுகோலாக அமைந்தன. கூடவே, தனிநபர்களும் குழுக்களும் தமக்குள் உறவாடிக் கொள்வதில் இதன் தாக்கம் இருந்தது எனலாம்.

ஆங்கிலக் காலனி ஆட்சியின்போதுதான் இத்துணைக் கண்டத்தில் தலித் சமூகத்தினர் அரசின் கவனத்தை ஈர்த்தனர். அதனால் அவர்களுக்கு நலத்திட்டங்களும் வளர்ச்சித் திட்டங்களும் கிடைத்தன. முந்தைய இயலில் கண்டவாறு, ஆங்கில நிர்வாகத்தினர் தீண்டத்தகாதார் பலரையும் ஒன்றிணைத்து ஒரு நிர்வாக வகைப்பாட்டை உருவாக்கினர். தொடக்கத்தில் அவர்களைத் 'தாழ்த்தப்பட்ட வகுப்பார்' (Depressed classes) என்றனர். பின்னர் 'இந்தியச் சட்டம், 1935'ன்படி அவர்களை 'அட்டவணைச் சாதியினர்' (SCs) என்றனர். விடுதலை இந்தியாவிலும் அதே வகைப்பாடு தொடர்ந்தது. ஆனால் இந்தச் சாதிகளின் எண்ணிக்கையை அரசு விரிவுபடுத்தியது. காலகதியில் இந்திய அரசு இவர்களுக்குப் பல்வேறு கொள்கைகளையும் திட்டங்களையும் உண்டாக்கி அவர்களின் நலனுக்கு உதவியது; அவர்களை அதிகாரம் மிக்கவர்களாக மாற்ற முனைந்தது.

விரிவாகச் சொன்னால் இவர்களின் விளிம்பு நிலையை மாற்றுவதற்கு இந்திய அரசு உருவாக்கிய கொள்கைகள் மூன்று வகைகளில் அமைந்தன. அவை: (i) தீண்டாமைக்கும் குடிமை உரிமைகளைப் பறிக்கும் வன்கொடுமைகளுக்கும் எதிராகப் பாதுகாப்பை வழங்கும் சட்ட ரீதியான தடைகள்; (ii) அவர்களுக்கான வளர்ச்சித் திட்டங்களும், அவர்களை

அதிகாரம் மிக்கவர்களாக மாற்றுதலும்; அரசின் கல்வி நிறுவனங்களிலும் வேலைவாய்ப்பிலும் இடஒதுக்கீடு வழங்குதல்; (iii) பிரதிநிதித்துவம் வழங்குதல். அம்மக்களின் எண்ணிக்கைக்கு ஏற்ப சட்டமியற்றும் அமைப்புகளில் எல்லா மட்டங்களிலும் தனி ஓதுக்கீடு வழங்குதல்

பாதுகாப்பு அம்சங்கள்

அரசியலமைப்பு சார்ந்த சனநாயகம் இங்கு அறிமுகப்படுத்தப் பட்டதால் அது குடிமக்கள் உரிமைகளை அனைவருக்கும் வழங்கியது. இந்திய அரசியலமைப்புச் சட்டமானது தீண்டாமை யின் எல்லா வடிவங்களையும் ஒழித்தது. இச்சட்டத்தின் 17ஆம் பிரிவு தீண்டாமையைக் குற்றம் என்கிறது. அது எவ்வித ஐயத்திற்கும் இடமின்றி தடைசெய்யப்பட்டது என்கிறது. தீண்டாமையின் அடிப்படையில் ஏதேனும் தகுதி இழப்பு செய்யப்படுமானால் அது குற்றம் மட்டுமல்ல; அது சட்ட ரீதியான தண்டனைக்குரியது என்றும் கூறுகிறது.

இந்தியச் சமூகம் சாதிப் படிநிலையின் விழுமியத்தைக் கொண்டிருப்பதால் குடிமக்கள் உரிமைகளைத் தலித்துகள் கையாளும்போது சமூகப் பதட்டம் ஏற்படுகிறது. உயர்சாதிக் காரர்கள் தலித்துகளைத் தாக்குகிறார்கள். இவர்கள் மீது நிகழும் வன்முறைகளைத் தடுக்க இந்திய அரசு பல்வேறு சட்டங்களை இயற்றியுள்ளது. தீண்டாமைக் குற்றச் சட்டம் 1955இல் இயற்றப் பட்டது. அடுத்து குடிமையியல் உரிமைகள் பாதுகாப்புச் சட்டம் 1976இல் இயற்றப்பட்டது. இதன் பின்னர் அட்டவணைப் பழங்குடிகள், சாதிகள் வன்கொடுமைத் தடுப்புச் சட்டம் 1989இல் கொண்டு வரப்பட்டது. இவற்றையடுத்துப் பல்வேறு பிரதேச / மாநில அரசுகள் குடிமையியல் குறைபாடுகள் நீக்கச் சட்டங்களை இயற்றின. இத்தகைய சட்டங்கள் விடுதலைக்குப் பின்னர் இயற்றப்பட்டாலும் இவற்றுக்கான தோற்றுவாய் பத்தொன்பதாம் நூற்றாண்டிலேயே தொடங்கிவிட்டன எனலாம்.

அட்டவணைச் சாதிகளுக்கும் (எஸ்.சி.), அட்டவணைப் பழங்குடிகளுக்கும் (எஸ்.டி.) மேற்கொள்ள வேண்டிய பாதுகாப்பு நடைமுறைகளைக் கண்காணிப்பதற்காக இந்திய அரசு நிர்வாக அமைப்புகளை ஏற்படுத்தியது. இந்திய அரசியலமைப்புச் சட்டத்தின் பிரிவு 338 தனி அதிகாரி ஒருவரை நியமிப்பதற்கு வகை செய்துள்ளது. இவர் எஸ்.சி., எஸ்.டி.களுக்கான ஆணையராக விளங்குவார். பல்வேறு மாநிலங்களிலும் இவ்விரு பிரிவினருக்கான பாதுகாப்பு நடைமுறைகளை இவர் கவனிப்பார். இவர் நேரடியாக குடியரசுத் தலைவருக்கு அறிக்கைகளை அனுப்பலாம். இப்பணிகளை விரிவுபடுத்துவதற்கு 1978இல் இந்திய அரசு

எஸ்.சி., எஸ்.டி. மக்களுக்கான தேசிய ஆணையம் ஒன்றை உருவாக்க முடிவு செய்தது. 2004இல் இந்திய அரசு இந்த அமைப்பை இரண்டாகப் பிரித்து எஸ்.சி., எஸ்.டி.களுக்கான தனித்தனி ஆணையங்களை உருவாக்கியது.

ஆதரவு அம்சங்கள்

தீண்டாமை சட்டப்படியான குற்றம் என்று சட்டமியற்றிய பின்னர், இந்தியச் சமூகத்தில் காலங்காலமாக விளிம்பில் உள்ள மக்களுக்குக் குடிமக்கள் தகுதியை வழங்க இந்திய அரசு முயற்சிகளை மேற்கொண்டது. எஸ்.சி., எஸ்.டி. மக்களுக்குப் பல்வேறு ஆதரவு அம்சங்களை முன்னெடுத்தது. இவற்றில் மிக முக்கியமானது இட ஒதுக்கீடு ஆகும். அரசுக் கல்வி நிறுவனங்களிலும், அரசுப் பணிகளிலும் இடஒதுக்கீட்டை அமல்படுத்தியது. இரண்டாவது, மத்திய, மாநில அரசுகள் பல்வேறு வளர்ச்சித் திட்டங்களை அறிமுகப்படுத்தின. இதனால் வளர்ந்து வரும் பொருளாதாரத்திலும் வேலைவாய்ப்பிலும் எஸ்.சி., எஸ்.டி.க்கள் முனைப்புடன் பங்கேற்கும் வாய்ப்பு ஏற்பட்டது. தலித் மாணவர்களுக்குப் பல்வேறு வகையான கல்வி உதவித் தொகைகள், சுயவேலைக்கான வாய்ப்புகள் கிடைத்தன. ஆறாவது திட்டத்திலிருந்து எஸ்.சி.களின் நலனுக்காக மாநில அரசுகள் தனித்துவமான பல்வேறு கூறுகளை உருவாக்கின. இம்மக்களின் நலத்திட்டங்களுக்குச் செலவிடும் வகையில் தனியான உட்திட்டங்கள் உருவாக்கப்பட்டன. அந்தந்த மாநில மக்கள்தொகையில் எஸ்.சி.க்களின் எண்ணிக்கைக்கு ஏற்ப நிதி ஒதுக்கீடு செய்யப்பட்டது. ஒவ்வொரு மாநில அரசும் தனித்துறைகளை ஏற்படுத்தி அவர்களின் நலன்களைக் கவனித்து வருகிறது.

இவற்றில் சில திட்டங்களால் நல்ல பலன்கள் கிடைத்துள்ளன. எஸ்.சி.க்களிடம் எழுத்தறிவும் கல்வியும் மேம்பட்டுள்ளன. அட்டவணை –2இல் குறிப்பிட்டுள்ளபடி 1961இல் 10.27 விழுக்காடு என்பதிலிருந்து 2001இல் 55 விழுக்காடாக உயர்ந்துள்ளது. இதன் மூலம் இவர்கள் மைய நீரோட்ட மக்களை நோக்கி நெருங்க முடிந்தது. ஓர் ஆர்வமூட்டும் செய்தி என்னவென்றால் வெகுசன மக்களைக் காட்டிலும் எஸ்.சி.க்களின் கல்வியறிவு வேகம் கண்டுள்ளது. பள்ளிகளில் வருகைப் பதிவேட்டிலும் நல்ல முன்னேற்றம் ஏற்பட்டது. இதனால் மற்ற வகை மக்களோடு நெருங்கும் வாய்ப்பு ஏற்பட்டது. எடுத்துக்காட்டாக, 2001இல் 6 முதல் 14 வயது வரையில் 72 விழுக்காடு எஸ்.சி. பையன்களும், (மற்றவர்கள் 77 விழுக்காடு), 63 விழுக்காடு எஸ்.சி.பெண்களும் (மற்றவர்கள் 70 விழுக்காடு) பள்ளிகளில் படித்தனர்.

இருப்பினும் எல்லா வகையான அம்சங்களும் பாராட்டும்படி இல்லை. பள்ளி வருகைப் பதிவேடு, கல்வி கற்போரின் பாலின வேறுபாடு முதலானவற்றில் நல்ல முன்னேற்றம் இருந்தாலும், இவற்றில் பிரதேச வேறுபாடுகள் இருந்தன. எடுத்துக்காட்டாக, பீகார் மாநிலத்தில் மொத்த மக்கள் தொகையில் எஸ்.சி.க்களின் எண்ணிக்கை 16 விழுக்காடாகும். ஆனால் மொத்த கல்வியறிவில் இவர்களின் விழுக்காடு 28.5 மட்டுமே. மேலும் மேற்படிப்புக்குச் செல்ல செல்ல இந்த எண்ணிக்கை குறைகிறது.

பள்ளிப் படிப்பில் காணப்படுகின்ற ஏற்றத்தாழ்வு மிக முக்கியமானது. பொருளாதாரத்தில் வசதி படைத்த மேல்சாதி மக்களின் பள்ளிப் படிப்பும், ஏழைகளின் பள்ளிப் படிப்பும் வேறுபடுகிறது. பள்ளிகளில் இடைநிற்றல் எண்ணிக்கை மற்றவர்களைவிட எஸ்.சி.க்களிடம் அதிகமாக உள்ளது. 2004–5 ஆண்டுக்கான தரவுகளின்படி ஐந்தாம் வகுப்பு செல்வதற்குள் 34 விழுக்காடு எஸ்.சி.மாணவர்கள் நின்றுவிடுகின்றனர். ஆனால் ஒட்டுமொத்த இடைநிற்றல் 29 விழுக்காடாக உள்ளது. உயர்படிப்பை நோக்கி மேலே செல்ல செல்ல இவ்விரண்டு பிரிவினரின் இடைநிற்றல் எண்ணிக்கையின் இடைவெளி அதிகமாகிறது. (தாஸ்குப்தா & தோராட் 2009: 15). இந்த அதிக அளவிலான இடைநிற்றலுக்குப் பொருளாதார நெருக்கடி மட்டும் காரணமல்ல. பல தருணங்களில் சாதி வேறுபாட்டுணர்வும் காரணமாகிறது. பள்ளிகளில் தலித் மாணவர்கள் அந்நியமாக்கப் படும் உணர்வு மேலெழுகிறது. இந்தியாவின் சில பகுதிகளில் இன்றும் தலித் மாணவர்களுக்குத் தனிப் பானைகளில் குடி தண்ணீர் வைக்கப்படுகிறது (காண்க: ஷா, இன்னும் பிறர் 2006).

அட்டவணை 2: பொதுமக்களிடமும், அட்டவணைச் சாதி மக்களிடமும் எழுத்தறிவு வீதம், 1961–2001

ஆண்டு	பொது			எஸ்சி		
	ஆண்	பெண்	மொத்தம்	ஆண்	பெண்	மொத்தம்
1961	34.44	12.95	24.02	16.96	3.29	10.27
1971	39.45	18.70	29.45	22.36	6.44	14.67
1981	46.89	24.82	36.23	31.12	10.93	21.38
1991	64.1	39.3	52.2	49.91	23.76	37.41
2001	75.3	53.7	64.8	66.64	41.90	54.69

மூலம்: Calculated from Census of India data, as in *The Eleventh Five Year Plan* (2008), Volume 1. Available at http://planningcom-mission.nic.in/plans/planrel fiveyr/11th/11_v1/11th_vol1.pdf (p.105), accessed on 20 October 2009.

முன்பே குறிப்பிட்டபடி இந்திய அரசு எஸ்.சி., எஸ்.டி.களுக்கு அரசுத் துறைகளில் இடஒதுக்கீட்டை அமுல்படுத்தியது. இதனைச் சில எஸ்.சி.க்களும் மற்ற பிரிவினரும் விமர்சனம் செய்தாலும் இன்றைய உலகில் ஆக்கபூர்வமாக எடுக்கப்பட்ட பல்வேறு திட்டங்களில் இது ஒரு வெற்றிகரமான திட்டமாகும். இதன் மூலம் வாய்ப்புடைய தலித்துகளுக்கு வேலைவாய்ப்பு பெருகியதோடு, இடஒதுக்கீட்டால் அச்சமூகத்திற்குள் மேட்டிமைப் பிரிவினர் உருவாகவும், புதிய தலைவர்கள் தோன்றவும் வழி ஏற்பட்டது. இந்த மேட்டிமைக் குழுவானது சமூகப் பொருளாதாரத் தளத்தில் எஸ்.சி.க்களின் எதிர்பார்ப்புகளை முன்னெடுத்ததில் பெரும் பங்கு வகித்தது.

பல்வேறு மூலங்களிலிருந்து கிடைக்கும் தரவுகளைப் பார்க்கும்போது, அரசுத் துறைகளில் பணியாற்றும் எஸ்.சி.க்களின் எண்ணிக்கை பெருமளவு கூடியுள்ளது. அவர்களுடைய தாழ்ந்த சமூக நிலையும், படிப்பறிவற்ற நிலையும் அவர்களின் தொழிலை அடித்தட்டிலேயே வைத்திருந்தன. இந்நிலையில் அரசுத் துறைகளில் அவர்கள் பெற்ற நான்காம் பிரிவு (Group D) வேலையால் அவர்கள் கிராமங்களில் சம்பாதித்ததைவிட அதிகமாகவும் தொடர்ச்சியாகவும் சம்பாதிக்க முடிந்தது. மிக முக்கியமாக இந்த அரசுப் பணியானது அவர்களை நகர்ப்புறம் சென்று வாழ வகை செய்தது. அங்கு அவர்களின் குழந்தைகளை நல்ல பள்ளிக்கு அனுப்ப முடிந்தது. அரசுப் பணி மூலம் கிடைத்த ஓய்வூதியம் பலரைத் தொடர்ந்து நகரங்களில் வாழ வைத்தது. அதுபோல, உயர் கல்வி பெறவும், உயர் பதவிகள் பெறவும் இடஒதுக்கீடு உதவியது. அட்டவணை – 3இல் காண்பதுபோல, அரசுப் பணிகளில் அவர்கள் எல்லா மாவட்டங்களிலும் முன்னேறிக் கொண்டிருந்தார்கள். 1965இல் ஏ பிரிவில் (Group A) பணியாற்றிய எஸ்.சி.க்களின் எண்ணிக்கை 2.82 விழுக்காடு. அடுத்தடுத்து இந்த நிலை மாறி 2003இல் ஏ பிரிவில் 11.93 விழுக்காடாகவும், பி பிரிவில் 14.32 விழுக்காடாகவும் உயர்ந்தது. சி பிரிவிலும் இவ்வாறான உயர்வைக் காண முடிகிறது.

அதிகாரம் அடையும் அம்சங்கள்

முன்பு குறிப்பிட்டதுபோல அரசுத் துறைகளில் மேல் மட்டத்தில் வேலை கிடைத்ததால் தனிப்பட்ட நிலையில் நல்ல சம்பளம் கிடைத்தது; கௌரவமும் கிடைத்தது. மேலும் வரலாறு நெடுக ஒடுக்கப்பட்ட இவர்களுக்கு அரசு வேலை ஒரு சமூக மூலதனமாகவும், பல்வேறு பணியாளர்களுடன் ஒரு வலைப் பின்னலை உருவாக்கவும் முடிந்தது. இதன் மூலம் சமூக உறுப்பினர்களிடையே தொடர்பு வலுப்பெற்றது. பொதுத் துறை நிறுவனங்களில் உயர் பதவிகளில் இருந்த தலித்துகள்

நெருக்கடிகளின்போதும், சாதி ரீதியிலான சண்டைகளின் போதும் ஆதிக்கச் சாதியாரின் ஒட்டுமொத்த அதிகாரத்துக்கு ஈடுகொடுத்துத் தலையிட முடிந்தது.

அட்டவணை 3: ஒட்டுமொத்த அரசுப் பணிகளில் அட்டவணைச் சாதியாருக்கும், எஸ்.சி., எஸ்.டி. அல்லாத சாதியாருக்கும் தொழில்வாரியாக உள்ள பங்கு விழுக்காடு (துப்புரவுப் பணியாளர் நீங்கலாக)

ஆண்டு	குழு அ		குழு ஆ		குழு இ		குழு ஈ	
	எஸ்.சி	எஸ்.சி அல்லாதார்	எஸ்.சி	எஸ்.சி அல்லாதார்	எஸ்.சி	எஸ்.சி அல்லாதார்	எஸ்.சி	எஸ்.சி அல்லாதார்
1965	1.64	97.59	2.82	96.56	8.88	89.71	17.75	78.82
1968	2.11	97.30	3.11	96.48	9.22	90.65	18.32	78.08
1971	2.58	97.01	4.06	95.51	9.59	88.74	18.37	77.98
1972	2.99	96.52	4.13	95.43	9.77	88.52	18.61	77.57
1973	3.14	96.36	4.51	95.00	10.05	87.99	18.37	77.70
1974	3.25	96.18	4.59	94.92	10.33	87.54	18.53	77.64
1975	3.43	95.95	4.98	94.43	10.71	87.02	18.64	77.37
1981	5.46	93.42	8.42	90.28	12.95	83.90	19.35	75.57
1982	5.49	93.34	9.02	89.55	13.39	83.14	23.41	69.14
1984	6.92	91.38	10.36	87.87	13.98	82.23	20.20	73.77
1985	7.65	90.62	10.04	88.39	14.88	80.92	20.81	73.49
1987	8.23	89.72	10.41	87.67	14.45	81.32	20.04	74.12
1988	8.67	89.04	11.18	86.72	14.80	80.72	19.88	74.02
1989	8.51	89.25	11.65	86.35	14.85	80.63	20.41	73.13
1990	8.64	88.78	11.29	86.32	15.19	79.98	21.48	71.79
1991	9.09	88.37	11.82	85.83	15.65	79.36	21.24	71.94
1992	9.67	87.40	11.57	86.05	15.74	81.10	20.88	72.37
1993	9.80	87.13	12.17	85.48	15.91	78.66	20.73	72.39
1994	10.25	86.83	12.06	85.13	15.73	78.88	20.47	73.38
1995	10.15	86.96	12.67	84.65	16.15	78.16	20.53	72.99
1996	11.51	84.93	12.30	84.89	15.45	78.90	20.27	73.67
1997	10.74	86.03	12.90	84.05	16.20	77.65	24.06	69.21
1998	10.80	85.76	12.35	84.63	16.32	77.67	18.65	74.40
1999	11.29	85.32	12.68	83.98	15.78	78.15	19.99	73.00
2000	10.97	85.55	12.54	84.37	15.88	77.79	17.38	75.95
2001	11.42	85.00	12.82	83.48	16.25	77.29	17.89	75.30
2002	11.09	84.94	14.08	81.74	16.12	77.94	20.07	72.80
2003	11.93	83.88	14.32	81.36	16.29	77.17	17.98	75.06

மூலம்: Thorat and Senapati (2006:18)

இத்தகைய கொள்கைகளின் ஊடே அரசுப் பணிகளில் நேர்மறையான பாரபட்சம் இருந்தாலும், இந்திய அரசியலமைப்புச் சட்டம் எஸ்.சி., எஸ்.டி.களுக்குச் சட்டமன்றங்களிலும், பிரதிநிதித்துவம் தர வேண்டிய நிறுவனங்களிலும் மொத்த மக்கள் தொகையில் இவர்களின் எண்ணிக்கைக்கு ஏற்ப இடஒதுக்கீடு வழங்குகிறது. பஞ்சாயத்துகள் முதல் நாடாளுமன்றம் வரை தேர்தல் மூலம் பதவி பெறும் அமைப்புகளில் தலித்துகளின் இருப்பு உறுதிப்படுத்தப்பட்டுள்ளது. சமூகவியல் ரீதியாகப் பார்த்தால், இத்தகைய ஏற்பாடுகள் தலித்துகளிடம் அரசியல் சார்ந்த பிரிவினர் உருவாகுவதற்கு முக்கியப் பங்காற்றுகின்றன. இன்று தலித்துகள் எல்லா அரசியல் கட்சிகளிலும் உள்ளனர். எஸ்.சி.க்களுக்கான தொகுதிகள் ஒதுக்கப்பட்டுள்ளதால் அவர்கள் மட்டுமே அத்தொகுதிகளில் போட்டியிட முடியும். இதனால் எல்லா கட்சிகளும் தலித்துகளுக்கான இடத்தை உருவாக்கி அவர்களை அரசியலுக்குள் கொண்டு வந்துள்ளன. இந்த எஸ்.சி. வேட்பாளர்கள் தத்தம் கட்சிகளுக்குள் தலித் ஆதரவு பேச்சை நியாயப்படுத்திச் செயல்படுகின்றனர்.

அண்மைக் காலங்களில் இந்தியாவின் பல்வேறு பகுதி களிலும் தனி அடையாளத்தை முன்னிறுத்தும் அரசியல் கட்சிகள் தோன்றியுள்ளதை நாம் காண்கிறோம். இத்தகைய கட்சிகள் வெளிப்படையாகவே தம் சாதியைக் காட்டிக் கொள்கின்றன அல்லது உறவுடைய சில சாதிகளின் பிரதிநிதி என்று சொல்லிக் கொள்கின்றன. தலித் அல்லது 'பிற்படுத்தப்பட்ட சாதிகள்' எனும் அடையாளங்களைக் கொண்டுள்ளன. இவற்றில் பெரும்பாலானவை பிராந்தியக் கட்சிகளாக இருந்தாலும் சில மட்டும் தேசியக் கட்சியாக வளர்ந்துள்ளன அல்லது வளர ஆசைப்படுகின்றன. வட இந்தியாவில் உருவான பகுஜன் சமாஜ் கட்சி இதற்கு ஒரு நல்ல எடுத்துக்காட்டாகும்.

பல்வேறு இயக்கங்களும், அரசின் நடவடிக்கைகளும் மரபான சாதிப் படிநிலையில் மாற்றங்களைக் கொண்டு வந்துள்ளன. இவற்றினூடே கடந்த நூற்றாண்டில் இந்தியச் சமூகம் கண்டு வந்துள்ள பரந்த சமூக, பொருளாதார நிலைமாற்றங் களும் இதற்கு உந்துதலாக இருந்தன. அடுத்த இயல் இந்த மாற்றங்களை மதிப்பீடு செய்ய முனைகிறது.

5

இன்றைய காலத்தில் சாதி

சமூகவாழ்வின் மற்ற அம்சங்களைப்போலவே சாதி எனும் நிறுவனமும் இயங்கியல் தன்மை கொண்டது. இருப்பினும் மாற்றத்தின் தன்மையும் பாங்கும் காலத்திற்குக் காலம் வேறுபட்டுள்ளன. சாதி பண்டைக் காலத்திலேயே தோன்றியிருந்தாலும் அது பற்றி இன்றைக்கு நாம் கல்வி சார்ந்த எழுத்து வழியும், வெகுசனக் கற்பிதம் வழியும் புரிந்து கொண்டுள்ளோம். இவையனைத்தும் ஆங்கிலக் காலனி ஆட்சிக் காலத்தில் உருவாக்கப்பட்டவை. முதல் இயலில் நாம் விரிவாக விவாதித்தபடி, சாதி பற்றிய நவீன கருத்தாக்கம் பத்தொன்பதாம் நூற்றாண்டுக் காலனி நிர்வாகத்தினரால் உருவாக்கப் பட்டது. இவ்வுலகின் நவீன காலத்திற்கு முன்பு தோன்றிய சமூக அமைப்புகள் போல, ஒரு மரபான சமூக அமைப்பாகச் சாதி இந்தியாவில் தோன்றியது. இந்தியச் சமூக அமைப்பு மட்டும் மிகவும் கெட்டி யாகி இறுக்கமடைந்ததற்குக் காரணம் அது இந்து மதத்தோடு பின்னிப் பிணைந்து விட்டதால் ஆகும். சாதிப் படிநிலை பற்றி உள்ளூர் மட்டத்தில் எப்படிப் பேசினாலும், காலனி ஆட்சிக்காலப் புலமையாளர்களும் கீழைத்தேய அறிஞர்களும் அதனை உலகளாவிய நிலையில் வைத்துப் பேசுகின்றனர். இந்த வாதத்தின் வெளிப்படையான ஒரு கருத்து என்னவென்றால் மரபான நம்பிக்கை முறையும், சமூக முறையும் மெல்ல வழக்கொழிந்து இறுதியில் அழிந்துவிடும் என்பதாகும். இன்னொரு

வகையில் சொல்ல வேண்டுமானால், சாதி வாயிலாகவே நாம் வளர வேண்டியுள்ளது. அது ஒரு நேர்க்கோட்டு வளர்ச்சியாக அமைகிறது. இந்த வளர்ச்சியானது தவிர்க்க முடியாதபடி பொருள் வளங்களின் வளர்ச்சியோடு அமைகிற ஓர் இயல்பான, இயற்கையான செயல்பாடாக உள்ளது.

சாதி பற்றிய இந்த நோக்கு நிலை என்பது அது பண்பாட்டு அல்லது கருத்தியல் முறை என்பதைக் கூறுகிறது. அது மரபான வாழ்க்கைக்கானது என்றும், அது பொருள் வளம் அல்லது பொருளாதார வாழ்வோடு தொடர்பில்லாதது என்றும், இன்றைய அரசியல், அதிகாரம் ஆகியவற்றோடு தொடர்பற்றது என்றும் இந்த நோக்கு விளக்குகிறது. இந்து மதத்தின் படியும், கருத்தியல் அடிப்படையிலும் சாதி என்பது சடங்காசாரங்களின் தகுதியைக் காட்டுகிறது. சமூகப் படிநிலையைக் காட்டுகிறது. சாதி பற்றிய இந்தப் புரிதலின்படி பார்க்கும்போது கடந்த காலத்தில் ஆட்சியதிகாரங்கள் மாறிய போதெல்லாம் படிநிலை சார்ந்த சடங்காசார ஒழுங்கு முறை அழியாமல் காப்பாற்றப்பட்டது. இன்று வர்க்கங்களுக்கிடையில் காணப்படும் சமத்துவமின்மையை ஒழிப்பதற்கான போராட்டம் போன்று சாதியமைப்பில் இல்லை. சாதி பற்றிய இந்த மைய நீரோட்ட கருத்து என்னவென்றால் சாதியமைப்பில் மனிதர்களின் தலையீடு ஏதுமில்லை என்பதாகும். இயற்கையாகவே உருவான படிநிலை அது. அதனால் அது இயற்கையாகவே அழிய வேண்டும். இனி வரும் படிமலர்ச்சி யாலும் நவீனத்துவத்தாலும் அது நிகழும்.

நவீன இந்திய வரலாறு பற்றி நடுத்தரவர்க்கத்தினரும் கல்வியாளர்களும் பரவலாக காலனி ஆட்சிக் காலம் வளர்ச்சியைக் கொண்டு வந்த காலம் என்று மதிப்பிடுகின்றனர். குறிப்பாக, சாதி போன்ற நிறுவனங்களைப் பற்றிச் சொல்லும்போது இக்கருத்து வெளிப்படுகிறது. இந்தியச் சமூகத்தில் பாரதூரமான மாற்றங்களை ஆங்கில ஆட்சியாளர்கள் செய்தனர் என்று பரவலாகக் கருதப்படுகிறது. அவர்கள் இங்கு நவீன தொழில் நுட்பத்தை அறிமுகப்படுத்தினர், மேற்கத்திய விழுமியங் களைக் கொண்டு வந்தனர். இவை யாவும் இந்தியாவில் அந்தக் காலகட்டத்தில் இருந்த முறைகளை விடவும் உயர்ந்தவை, முன்னேறியவை.

சாதியின் நவீனமயமாக்கம்

இதற்கு முந்தைய இயல்களில் விவாதித்தபடி, சாதியமைப்பு உருவான முறை பற்றிய அனுமானங்களிலும், அதன் படிமலர்ச்சி பற்றிய கருத்துகளிலும் பல்வேறு தவறுகள் உள்ளன.

இந்தியச் சமூக, பொருளாதார வாழ்வில் ஆங்கிலக் காலனி ஆட்சி அறிமுகப்படுத்திய மாற்றங்கள் மிகக் கடுமையானவை. அவர்கள் கொண்டு வந்த நில வருவாய் முறைகளும், சொத்துரிமை முறைகளும் முழுவதும் புதியவை. இவற்றால் ஊரகச் சமூக உறவுகளில் கடுமையான மாற்றங்கள் ஏற்பட்டன. அவர்கள் இந்தியாவில் புதிய தொழில் நுட்பங்களை அறிமுகப்படுத்தினர்; ரயில் பாதைகளை அமைத்தனர்; தொழிற்சாலைகள் ஏற்படுத்தினர்; இவற்றுக்கெல்லாம் புதிய எரி பொருள்களை அறிமுகம் செய்தனர். மேலும், மேற்கத்திய பாணியில் ‘மதசார்பற்ற’ கல்வி முறையை அறிமுகம் செய்தனர். இந்தியர்கள் ஆங்கில வழியில் கற்க பள்ளிகளையும் கல்லூரிகளையும் திறந்தனர். காலனி ஆட்சியிலேயே முதல் ‘நவீன’ பல்கலைக்கழகமும் உருவாக்கப்பட்டது. இவை எல்லாம் சாதி, மத, பேதங்களுக்கு அப்பாற்பட்டவை. ஆயினும், உயர்சாதியாரும் செல்வாக்கு பெற்றவர்களும் மட்டுமே அதிகம் படித்தனர். இந்தக் காலனி ஆட்சியின் ஆதரவில் ஒரு புதிய நடுத்தர வர்க்கம் உருவானது. இதனால் ‘மரபானவர்களும் நவீன நடுத்தர மேட்டிமையாளரும்’ ஒருவரை ஒருவர் எதிர்கொள்ள வேண்டியிருந்தது. இதனால் பண்பாட்டு, கருத்தியல் அடிப்படையில் ஓர் இடைவெளி உயர்சாதி, கீழ்ச்சாதிகளுக்கிடையே ஏற்பட்டது.

ஆங்கிலக் காலனி ஆட்சியாளர்கள் புதிய நீதி நிர்வாக முறைகளையும் ஏற்படுத்தினர். நிர்வாகத்தைத் திறம்பட செய்வதற்கு மக்கள்தொகைக் கணக்கெடுத்தனர். இதனைக் குடிமதிப்பு, மதிப்பாய்வுகள் மூலம் செய்தனர். இக்கணக்கெடுப்பிற்கு மக்களை வகை தொகைப்படுத்த வேண்டியிருந்தது. படிநிலை, தீட்டு, தூய்மை பற்றிய கருத்துகள் இந்தியத் துணைக் கண்டம் முழுவதும் பரவியிருந்தாலும், சாதிகளின் வரிசையும் படிநிலையும் உள்ளூர் / பிராந்திய அளவில் பேசப்பட்டன. சாதிகள் வலுவான, உறுதியான நிறுவனமாக இருந்ததால் ஒவ்வொன்றும் ஒரு தனியுலகத்தைக் கொண்டிருந்தது; அதனளவில் அது செயல்பட்டது; தன்னையே அது மறுஉற்பத்தி செய்துகொண்டது. வேளாண் பொருளாதாரம் சார்ந்தும், அந்தந்தக் காலத்திற்கேற்ற அதிகார முறை சார்ந்தும், மக்கள் தொகையின் அளவு சார்ந்தும் சாதிப் படிநிலையின் வரிசை மறுஉற்பத்தி செய்யப்பட்டது. எடுத்துக்காட்டாக, நிலத்தோடு வெவ்வேறு சாதிகள் வெவ்வேறு வகையான உறவுகளைக் கொண்டிருந்தன. சில சாதிகள் நிலத்தை உடைமையாகக் கொண்டிருந்தன. சில சாதிகள் நிலத்தை உடைமையாகக் கொண்டு பயிர் செய்து வாழ்ந்தன. அப்போதிருந்த பழக்க வழக்கங்கள் படி சில சாதிகள் உழும் கலப்பையைக்கூடக் கையால் தொடும் உரிமையைப் பெற்றிருக்கவில்லை. ஒவ்வொரு பிரதேசத்திலும் சில சாதிகள் ஆதிக்கத்துடனும் செல்வாக்குடனும்

திகழ்ந்தன. ஆங்கிலேயர்கள் இந்தியாவுக்கு வருவதற்கு முன்பு வரை வேளாண் பொருளாதாரமும் கிராமப் பொருளாதாரமும் அரசமைப்போடு இணைக்கப்பட்டிருந்தன (ஹபீப் 1963; நீல் 1962). மனார் மிகச் சரியாகக் குறிப்பிட்டபடி, 'இந்தியாவில் ஒற்றை சாதி முறை இல்லை; பலவாக உள்ளது' (2010: xx). இவ்வாறே குப்தாவும் (2000) விவாதிக்கிறார். இங்குப் படிநிலையின் வகைகள் பன்மியமாக உள்ளன; அவை யாவும் நிரந்தரமாக இல்லாமல் தங்களுக்குள் போட்டியிடுகின்றன. சாதிப் படிநிலை மதக் கருத்துகளால் அங்கீகரிக்கப்பட்டிருந்தாலும், அதன் மறுஉற்பத்தியானது நடைமுறையில் உள்ள பொருளாதார உறவுகளையும், ஆதிக்கத்தின் அதிகார உறவுகளையும் சார்ந்திருந்தது.

ஆங்கில ஆட்சியில் நடைமுறைப்படுத்தப்பட்ட மக்கள் கணக்கெடுப்பும், மக்களை வகைப்படுத்தலும் அச்சமூகங்களை ஒன்றிணைப்பது, பிரித்துக்காட்டுவது ஆகியவற்றில் ஒரு புதிய அசைவியக்கத்தை உருவாக்கின. மூன்றாம் இயலில் விவாதித்தவாறு, 'தீட்டு' எனும் கருத்தாக்கத்தின் அடிப்படையில் பல்வேறு சாதிகளை ஒடுக்கப்பட்ட பிரிவினர் என்று ஒன்றுபடுத்தி, பின்னர் அவற்றை 'அட்டவணைச் சாதிகள்' என வகைப்படுத்தப்பட்டது. இது சாதிப் பிரிவினையில் 'தீண்டத்தக்கவர்', 'தீண்டத்தகாதவர்' எனும் இரு துருவ மாதிரியாக உருவானது. இந்த விடயத்தில் காலனியாட்சி ஒரு திட்டவட்டமான பங்களிப்பைச் செய்து விட்டது. காலனி ஆட்சியில் மேற்கொண்ட குடிமதிப்பின் மூலம் எல்லா சாதிகளின் வாழ்விலும் அரசு ஒரு முக்கிய முகவராகச் செயல்பட்டது எனலாம். குடிமதிப்பு எடுத்ததன் மூலம் மக்கள்தொகையின் எண்ணிக்கை உள்ளூர் அமைப்பில் முக்கியமானது எனும் கற்பிதம் மக்களிடம் உருவானது. இதனால் சடங்காசார சமூகத் தகுதியோடு, ஒவ்வொரு சமூகத்தின் எண்ணிக்கையும் முக்கியமானது என்ற கருத்து முன்னிலை பெற்றது. குறிப்பாக, அரசு அமைப்புகளில் அங்கீகாரமும் பிரதிநிதித்துவமும் வழங்குவதில் இது முக்கியத்துவம் பெற்றது.

நாம் விரிவாக விவாதித்திருப்பதுபோல், இருபதாம் நூற்றாண்டின் தொடக்க தசாப்தங்களில் பல்வேறு சாதிகள் தங்களுக்கான சாதிச் சங்கங்களை உருவாக்கிக் கொண்டன. அதுவரை இப்படிப்பட்ட சங்கதியை மக்கள் அறிந்திருக்கவில்லை. இதனால் சாதிகளிடம் சங்க அடிப்படையிலான அடையாளமும், புதிய வகையான போட்டி உணர்வும் ஏற்பட்டன. இச்சமூகங்களிடம் சாதி எனும் மரபுக் குறியீடு இருந்தாலும், புதிய ஒன்றும் தோன்றியது. அது கிடைமட்டத்தில் நகர்வையும் ஒருங்கிணைப்பையும் செய்தது. இது பிரதேச அளவில் சாதிகளிடம் காணப்பட்ட அழுத்தத்தால் ஏற்பட்டதாகும். சமத்துவத்தையும் பிரதிநிதித்துவத்தையும்

முன்வைத்த கேள்விகளால் இது ஏற்பட்டது. சென்னை மாகாணத்தில்தான் முதன் முதலாக பிற்பட்ட சாதியினர் இவ்வாறு ஒருங்கிணைந்தனர். இவர்கள் உயர்சாதிப் பிராமணர்களுக்கு எதிராக ஒன்று திரண்டனர். அரசுப் பணிகளில் தங்களுக்கு இட ஒருக்கீடு வேண்டுமென்று கோரிக்கை வைத்தனர். அதுவரை அப்பணிகள் பிராமணர்களுக்கும், பிற உயர்சாதியினருக்கும் முற்றுரிமையாக இருந்தது. இயல் 4இல் விவாதித்துள்ளவாறு, பிராமணர்களுக்கு எதிரான இந்த இயக்கம் தீண்டாமைக்கு எதிராக எந்தக் கேள்வியையும் எழுப்பவில்லை. ஆனால், சாதி அமைப்பிற்கு எதிரான இவர்களின் விமர்சனம் அடுத்தடுத்த தசாப்தங்களில் மகாராட்டிராவிலும் பிற இடங்களிலும் தலித் இயக்கங்கள் தோன்ற வகை செய்தது.

சாதி, சமூகங்கள், வளர்ச்சி

நவீன இந்தியாவில் சாதி பற்றிய எழுத்துகளையும், மேற்கூறிய விவாதங்களையும் பார்க்கும்போது ஆங்கிலேயர்களிடமிருந்து இந்தியா விடுதலை அடைந்தவுடன் அமைப்பு ரீதியாகவும் கருத்தியல் ரீதியாகவும் சாதியின் வரிசை முறையானது உடையாமல் சேதப்படுத்தப்பட்டுள்ளது. இந்திய அரசியலமைப்புச் சட்டம் தீண்டாமையை ஒழித்து, இடஒதுக்கீட்டைப் பரவலாக்கியது. இதனால் நவீன இந்தியா சாதி ஒழுங்கின் நெறிமுறையைத் தூக்கிப் பிடிக்கவில்லை என்றானது. அரசின் திட்டவட்டமான கொள்கைகளும் செயல்பாடுகளும் சமூகத்தைச் சமன்படுத்தும் முயற்சியாகும். இதனால் ஒவ்வொரு சாதியும் சம அளவில் போட்டி போட முடிந்தது.

இருப்பினும் மாற்றம் என்பது அதற்கான கட்டுப்பாடுகளை எதிர்கொண்டது. சாதிக்கு எதிரான இயக்கங்கள் பெரிதும் நகரம் சார்ந்து செயல்பட்டன. மேல் நோக்கி நகர்ந்துகொண்டிருந்த பிற்படுத்தப்பட்டவர்களையும் தலித்துகளையும் இவை முன்னிலைப்படுத்தின. பெருவாரியான முன்னாள் தீண்டத் தகாதார் ஊரகப் பகுதிகளில் வாழ்கின்றனர். இவர்கள் மரபான வேலைகளையும், விவசாயக் கூலி வேலைகளையும் செய்து பிழைக்கின்றனர். அவர்களுக்கான நலத்திட்டங்களும் வளர்ச்சித் திட்டங்களும் புதிய வாய்ப்புகளை வழங்கின. இருப்பினும் இவர்களில் மிகக் குறைவானவர்கள் மட்டுமே அப்பயன்களை அடைந்தனர். இந்திய அரசியலமைப்புச் சட்டம் எஸ்.சி.க்களுக்கு இடஒதுக்கீட்டை வழங்கியதுடன் தீண்டாமையை ஒழித்தது. இச்சூழலில் மைய நீரோட்ட வளர்ச்சிக்கான திட்டமிடல் யாவும் ‘சாதிப்பார்வையற்றது’ எனலாம். வளர்ச்சிப் பணிகள் யாவும் பணக்காரர், ஏழை, விவசாயிகள், உழவர், கூலிகள்

எனும் கருத்தினங்களை மையமிட்டு மேற்கொள்ளப்பட்டன. தொடக்க தசாப்தங்களில் சாதி கணக்கில் கொள்ள வேண்டிய ஒரு முக்கியமான மாறியாகக் (variable) கருதப்படவில்லை. வளர்ச்சித் திட்டங்களுக்கான தொலைநோக்குப் பார்வை, திட்டமிடல், நிர்வாகம் ஆகிய அனைத்திலும் சாதி எனும் கருத்தினம் முக்கியமாகக் கருதப்படவில்லை. இருப்பினும் வளர்ச்சிக்கான செயல்பாடுகளின் பலன்கள் யாவும் நடப்பிலுள்ள சாதி உறவுகளை மையமிட்டதாக இருந்தன.

விடுதலைக்குப் பின்னர் இந்திய அரசு மேற்கொண்ட முக்கியமான பணிகளில் நிலச் சீர்த்திருத்தச் சட்டங்களும் ஒன்றாகும். இச்சட்டங்கள் நிலத்தை உழுது பயிரிடாத நிலக்கிழார்களை வலுவிழக்கச் செய்தன. இச்சட்டங்கள் நில உரிமையை உழவர்களுக்கு மாற்றித் தந்தன. இருப்பினும் இச்சட்டங்கள் ஓரளவே வெற்றி பெற்றன. ஊரகச் சமூகத்தில் காலங்காலமாக வலுவுடன் விளங்கிய எண்ணிக்கையில் சிறிய உயர்சாதிகளின் வலிமை இவற்றால் குறைந்துவிட்டது (மூர் 1966; ஃபிரான்கிள் & ராவ் 1989; ஜெஃப்ரிலாட் 2000; ஸ்டெர்ன் 2001). எடுத்துக்காட்டாக, ராஜஸ்தான் கிராமம் ஒன்றில் ஜாகீர்களை (இடைநிலை உரிமை பெற்றோர்) ஒழித்தல் முழு அளவு நடைபெறவில்லை. ஆயினும் நில உரிமை முறையிலும், வட்டார / உள்ளூர் மட்ட அதிகார அமைப்பிலும் குறிப்பிடத்தக்க வேறுபாடுகளை இது ஏற்படுத்தியது. மரபான உயர்சாதி மக்களாகிய ராஜபுத்திரர்கள் பண்டைய நிலக்கிழார்களாக விளங்கினர். இவர்களும் நிலச் சீர்திருத்தச் சட்டம் வந்த பிறகு பழைய நிலையிலிருந்து மாறினர். பெருமளவு நிலமிழந்தவராக மாறிவிட்டனர். பெரும்பாலான ஊர் நிலங்கள் மரபாக நிலத்தை உழுது பயிரிடும் ஜாட்டுகள், குஜ்ஜார் மக்களுக்குச் சென்றன.

இருப்பினும், இந்த நிலச் சீர்திருத்தம் தலித்துகளுக்குப் பயனளிக்கவில்லை. மிகப் பெரும்பான்மையான உள்ளூர் தலித்துகள் நிலத்தில் உழைத்தாலும் அவர்கள் 'உழுது பயிரிடுவோர்' எனக் கருதப்படவில்லை. இதனால் நிலச் சீர்திருத்தப் பணியால் இவர்கள் பயன்பெறவில்லை. இவ்வாறே, ஊரகச் சமூக மாற்றத்திற்கான மற்ற திட்டங்களும், குறிப்பாகச் 'சமூக வளர்ச்சித் திட்டம்' (CDP), பஞ்சாயத்து ராஜ், பசுமைப் புரட்சி முதலானவை ஊரில் உள்ள பணக்காரர்களுக்கும் அதிகாரமிக்கவர்களுக்கும் நேரடியாக உதவின. இவை உள்ளூர் ஆதிக்கச் சாதிகளின் நிலைமையை மேலும் வலுப்படுத்தின. முன்னாள் தீண்டத்தகாத சமூகங்கள் பயன்பெறவில்லை.

இந்த ஊரக / வேளாண்மை சார்ந்த ஆதிக்கச் சாதிகளின் விளைவால் 1960, 70களில் பிராந்திய அரசியல் கட்சிகள் தோன்றின.

இவ்வாறான இடைப்பட்ட சாதிகளின் எழுச்சியால் 1960களில் தேசத்தின் சனநாயக அரசியலில் மாற்றம் ஏற்பட்டது. சில பிராந்தியங்கள் இந்த இடைநிலைச் சாதிகளின் விருப்பங்களுக்கு இடம் கொடுத்தன. ஆனால் எல்லா பிராந்தியங்களிலும் இது நிகழவில்லை (ஜெஃப்ரிலாட் 2003). இந்தச் சூழ்நிலையில் பிராந்தியக் கட்சிகள் முக்கியத்துவம் பெற்றன. இந்திய அரசியலில் 1967 பொதுத் தேர்தல் ஒரு திருப்புமுனை என நம்பப்பட்டது. விடுதலைக்குப் பிந்தைய காலத்தில் முதல் முறையாக எட்டு மாநிலங்களில் காங்கிரஸ் கட்சி தோற்றுப்போனது. அதன் பிறகு பிராந்திய அரசியல் மாற்றங்கள் முக்கியத்துவம் பெற்றன. சில இடங்களில் இந்த வேளாண் சாதிகள் தமக்கான அரசியல் கட்சிகளைத் தோற்றுவித்தன. இந்தச் சாதி அடையாளத்துடன் கூடிய இக்கட்சிகள் இந்திய தேசியக் காங்கிரசிலிருந்து வலிமையுடன் பிரிந்தவையாகும். காலகதியில் இக்கட்சிகள் சடங்காசாரங்களில் தூய்மையான உயர்சாதிகளை மாநில / பிராந்திய அளவில் துடைத்தெறிந்துவிட்டன.

இருப்பினும் சாதி அரசியலில் ஒரு புதிய திருப்பத்தை இந்தியா 1980களில் கண்டது. மண்டல் கமிஷன் பரிந்துரைகளை ஏற்று 1990இல் முன்னாள் பிரதம மந்திரி வி.பி.சிங் இதர பிற்படுத்தப்பட்ட வகுப்பாருக்குத் தனி ஒதுக்கீடு வழங்கினார். இது குழு அடிப்படையிலான பிரதிநிதித்துவத்தை ஏற்படுத்தவும், சாதி அடிப்படையிலான அரசியல் களம் உருவாகவும், அதனையே ஒரு 'சாதாரணமாக அரசியல் செய்தல்' என உருவாக்கவும் உதவியது. சாதிகளின் இந்தப் புத்தாக்கத்தை எம்.என். சீனிவாஸ் 'புது அவதாரம்' என வர்ணித்தார். 'இதர பிற்படுத்தப்பட்ட வகுப்பாரு'க்குத் தனி ஒதுக்கீடு வழங்கும் மண்டல் குழுவின் பரிந்துரையை அமல்படுத்தியது அம்மக்களின் வாக்குகளை ஒன்று திரட்டும் முயற்சி என்பதாக மட்டும் பார்க்க முடியாது. இந்திய நவீனத்துவத்தை பலவீனப்படுத்தும் முயற்சியானது ஒரு மரபாக வருகிறது என்றும் கருத முடியாது. 1990களில் சாதி ஒரு வேறுபட்ட பாணியில் அணுகப்பட்டது என்பதை அவதானிக்கலாம். சனநாயக இந்தியாவில் சாதி அடிப்படையிலான அரசியலின் அர்த்தம் விரிந்து கொண்டே இருந்தது. அது அக்காலகட்டத்தில் மக்களை விடுவிக்கும் முக்கிய செயல்பாடுகள் சிலவற்றைக் கொண்டிருந்தது.

தலித் அரசியலின் உதயம்

தலித்துகள் போட்டி அரசியலில் பங்கேற்ற போதும், பொது வெளியில் மதச்சார்பற்ற நிலை வளர்ந்து கொண்டிருந்தபோதும், சாதிச் சமூகங்கள் சம நிலைக்கு வரவில்லை. சாதிகள்

சடங்காசாரங்களில் மட்டும் செயல்படவில்லை. அவை பல தளங்களில் ஊடுருவியுள்ளன. இந்திய மையப் பரப்பு முழுவதிலும் சாதிகளிடையே நிலவும் வேறுபாடுகள் பொருளாதார அமைப்புகளை வடிவமைக்கின்றன. வசதி வாய்ப்புகளை நிர்ணயம் செய்கின்றன. சனநாயக அரசியல் எல்லோருக்கும் பொதுவாகத் திறந்து விடப்பட்டிருக்கிறது என்றாலும், பல்வேறு சாதிகளும் வெவ்வேறு வகையான ஆதாரங்களை முன்வைத்து இதில் நுழைகின்றன. எடுத்துக்காட்டாக, நிலவுடைமைச் சாதிகளாகிய இடைநிலைச் சாதிகள் ஆதிக்கச் சாதிகளாக விளங்கின. இவை சனநாயக அரசியலில் நுழைந்து ஒரு தசாப்தத்திற்கும் உள்ளாகவே வலுவான 'வாக்கு வங்கி'களை உருவாக்கி விட்டன. மறுபுறம், சாதியடுக்கில் அடிமட்டத்தில் இருந்த சாதிகள் தொடர்ந்து சமூக அரசியல் ஒதுக்கலை அனுபவித்துக் கொண்டிருந்தன. சில பிரதேசங்களில் இடைப்பட்ட சாதிகள் மாநில அரசியலுக்கு வந்த பிறகு அவை கிராம / உள்ளூர் மட்டத்தில் தலித்துகள் மீது நாட்டாமை செலுத்தும் வகையில் நடந்துகொண்டன.

உள்ளூர் மட்டத்தில் வளர்ந்து வலுப்பெற்றுக் கொண்டிருந்த சனநாயக அரசியல் இந்திய அரசியல் இலக்கணத்தில் சில முக்கிய மாற்றங்களைக் கொண்டு வந்தது. இது 'கருத்தியலின் அரசியல்' எனும் நிலையிலிருந்து 'பிரதிநிதித்துவத்தின் அரசியல்' என்பதாக மாறிவிட்டது என்று அரசறிவியல் அறிஞர்கள் சொன்னார்கள் (யாதவ் 1999; பல்ஷிகார் 2004). இத்தகைய நிலைமாற்றம் 1980, 90களில் புதிய சமூக இயக்கங்கள் முன்னெடுத்த சமூக அரசியல் அணிதிரட்டலில் தெளிவாகவே காணப் பட்டது. விளிம்பில் வாழ்ந்த பெருவாரியான வெகுசன மக்கள் அப்போதிருந்த கருத்துகளை விமர்சனம் செய்தனர். இந்திய அரசு முன்னெடுத்த சமூக மாற்றம், வளர்ச்சி முதலானவை பற்றியும் விமர்சித்தனர். இச்சூழலில்தான் இந்திய அரசு பொருளாதார சீர்திருத்தங்களை மேற்கொண்டது. இதற்கடுத்த தசாப்தத்தில் தாராளமய அரசியல் தோன்றியது. அரசு மெல்ல மெல்ல பொருளாதார தளத்திலிருந்து பின்வாங்கத் தொடங்கியது. நேரு முன்னெடுத்த வளர்ச்சிப் போக்கும் முடிவுக்கு வந்தது.

இத்தகைய நிலைமாற்றம் பல்வேறு வகையான அடையாள அரசியலை உண்டாக்கியது. இந்தப் புதிய சூழலில் தேசத்தின் பல்வேறு பகுதிகளிலிருந்து தலித் பிரிவினர் சாதி பற்றிய கேள்விகளை அடையாள அரசியலின் மொழியில் பேசினர் (காண்க: ஜோத்கா 2001). இயல் 4இல் விவாதித்துள்ளவாறு, காலனி ஆட்சியிலேயே தலித் அரசியலானது ஜோதிபா பூலே, பி.ஆர். அம்பேத்கர் முதலானோர் தலைமையில் தொடங்கி

விட்டது. 1980கள் வரை தலித்துகள் பற்றிய கவனிப்பு தேசிய வளர்ச்சியில் ஒரு மந்தமான கூறாக வைக்கப்பட்டிருந்தது. தேர்தலின்போது அட்டவணைச் சாதிகள் காங்கிரஸ் சார்ந்த மைய நீரோட்ட அரசியல் கட்சியுடன் இணைந்துகொண்டன. இவற்றின் தன்னாட்சி சார்ந்த அடையாள அரசியலானது மகாராட்டிரம், கர்நாடகம், ஆந்திரப்பிரதேசம் போன்ற மிகச் சில மாநிலங்களில் சில பகுதிகளில் மட்டும் ஏற்பட்டது. இது நகரம் சார்ந்து சில தனிமனிதர்கள் இலக்கிய, பண்பாட்டு வடிவங்களில் மேற்கொண்ட அடையாள அரசியலால் ஏற்பட்டதெனலாம் (மெண்டல்சோன் & விக்சியானி 2000).

இருப்பினும், அரசுப் பணிகளிலும் கல்வி நிறுவனங்களிலும் கிடைத்த இட ஒதுக்கீட்டின் பலனாக அடுத்தடுத்த காலங்களில் தலித்துகளின் நடுத்தர வர்க்கம் விரிந்து சென்றது. இந்த நடுத்தர வர்க்கத்தாரின் எண்ணிக்கை வளர்ந்து வந்த வேளையில் அவர்களிடம் கூடுதல் நம்பிக்கை ஏற்பட்டது. பணியிடங்களில் ஏற்பட்ட அவலங்களையும், சமூக ரீதியான பாரபட்சங்களையும் முன்வைத்துப் பேசினர். இவர்கள் தங்களுக்கான பணியாளர் சங்கங்களைத் தொடங்கினர். அலுவலகங்களில் சாதி ரீதியான ஒடுக்குதல் ஏற்படும் போதெல்லாம் இச்சங்கங்கள் தலையிட்டன. இந்தக் காலக்கட்டத்தில்தான் அம்பேத்கர் உலகளாவிய தலித் அடையாளமாகவும், அவர்களுடைய எதிர்பார்ப்புகளுக்கான குறியீடாகவும் 'மீள கண்டுபிடிக்கப்பட்டார்' (செலியாட் 2001).

இந்தப் புதிய மாற்றங்கள் கருத்தியல் நிலையிலும் சமூகச் சூழலிலும் பரந்து விரிந்த நிலையில் காணப்பட்டன. அப்போது ஊரக இந்தியாவில் மரபான சமூக, அதிகார முறைமைகளில் இருந்த ஒன்றியத்தன்மை குறையத் தொடங்கியது. விடுதலைக்குப் பிந்திய முதல் மூன்று தசாப்தங்களில் நிறுவனமயப் பட்ட சனநாயக அரசியலிலும், அரசின் ஊரக வளர்ச்சித் திட்டங்களிலும் சடங்காசாரங்களில் 'தூய்மை'யான ஆதிக்கச் சாதிகள் அகவயமான வேறுபாடுகளை உணர்ந்தன. ஊரகப் பொருளாதாரத்தில் உயர்மட்டத்தில் இருந்தவர்கள் சுய முன்னேற்றத்திற்காக நகரங்களை நோக்கி நகர்ந்தனர் (ஜோத்கா 2006). அடிமட்டத்தில் இருந்தவர்கள் தாங்கள் தொடர்ந்து தாழ்ந்து கிடப்பதற்கான காரணத்தைக் கேட்டனர். இருப்பினும் அப்போது அவர்கள் மூன்று, நான்கு, தசாப்தங்களாக சனநாயக அரசியலில் பங்கேற்ற அனுபவத்தைக் கொண்டிருந்தனர். அது அவர்களுக்கு நம்பிக்கையையும் சுய பெறுமானத்தையும் கொடுத்தது.

ஏற்கனவே குறிப்பிட்டதுபோல, 1980கள் வரை சனநாயக அரசியலும், வளர்ச்சித் திட்டங்களும் ஊரக இந்தியாவை

சனநாயகப்படுத்தின என்று சொல்வதற்கு மிகக் குறைவான சான்றுகளே உள்ளன. சாதிய ரீதியில் சொல்லவேண்டுமனால் ஊரக அதிகாரம் என்பது நிலவுடைமைச் சாதிகளை மையமிட்டிருந்தது. வர்க்க ரீதியில் சொல்ல வேண்டுமானால் பணக்கார நிலக்கிழார்களும் பணத்தை வட்டிக்கு விடுபவர்களும் ஊரகப் பொருளாதாரத்தைத் தம் கட்டுப்பாட்டில் வைத்திருந்தனர் (தார்னர் 1956). பல்வேறு பகுதிகளில் தனிப்பட்ட ஆய்வாளர்கள் மேற்கொண்ட ஆய்வுகளின்படி மரபான ஆதிக்கக் குழுவின் அதிகாரத்தையும் ஆதரவையும் பிரதிபலிப்பதாகவே கிராம பஞ்சாயத்துகள் செயல்பட்டன என்பதை அறிய முடிகிறது (ஃபிராங்கிள் & ராவ் 1990).

இருப்பினும், மரபான ஆதிக்க அதிகார அமைப்புகள் தளர்ந்துவிட்டன என்றும், ஊரகப் படிநிலையின் ஒன்றியம் வலுவிழந்துவருகிறது என்றும் அண்மைக்கால ஆய்வுகள் சொல்கின்றன. எடுத்துக்காட்டாக, ஆலிவர் மெண்டல் சோன் தன் களப்பணி ஆய்வு மூலம் 1980களில் ஆதிக்கச் சாதிகளின் அதிகாரம் ஊரக ராஜஸ்தானில் குறைந்துவிட்டது என வாதிட்டார். அவ்வாறே கீழ்ச் சாதிகளும் தீண்டத்தகாத கிராமத்தாரும் பழங்காலத்தில் இருந்ததுபோல், பொருளாதாரத்திலும் சடங்கியல் ரீதியிலும் உயர்ந்தவர்களின் கட்டுப்பாட்டில் இப்போது இல்லை (மெண்டல்சோன் 1993: 808). அவ்வாறே, கிராம இந்தியாவில் நிலமும் அதிகாரமும் பிரிக்கப்பட்டன. இது ஒரு வரலாற்று முக்கியத்துவம் வாய்ந்தது. இன்னும் சொல்லப் போனால் இது ஒரு புரட்சி சாராத நிலைமாற்றமாகும் (மேலது: 807).

சாதிகள் அவற்றின் மரபான தொழில்களோடு கொண்டிருந்த உறவுகளை இழந்துவிட்டது எனக் கர்நாடகாவில் களப்பணி செய்து அதன் அனுபவங்களைக் காரந்த் (1996) எழுதினார். குடிஊழிய முறையின் பிணைப்புகளும் விரைந்து அழிந்து கொண்டிருந்தன. ஊரகப் பஞ்சாபில் ஐம்பத்தியோரு கிராமங் களில் மேற்கொண்ட விரிவான மதிப்பாய்வில் நானும்கூட அத்தகைய மாற்றங்களைக் கண்டேன். பண்டைய குடிஊழிய முறை அல்லது பலுதேதாரி (*balutedari*) ஏறக்குறைய முழுவது மாக உருக்குலைந்துவிட்டது. மிகச் சில தொழில்கள் தவிர சாதிக்கும் தொழிலுக்குமான பழைய உறவுகள் ஊரகப் பஞ்சாபில் காணமுடியவில்லை. மேலும், பஞ்சாபில் தலித்துகள் கிராம பொருளாதாரத்திலிருந்து மெல்ல ஒதுங்கிக் கொண்டனர். உள்ளூர் ஜாட்டுகளின் பண்ணைகளில் வேலை செய்ய விரும்ப வில்லை. அவர்கள் தங்களுக்கான தனி கோயில்களைக் கட்ட ஆரம்பித்தனர். ஊரக அதிகார அமைப்பில் தங்களுடைய சுயாட்சித் தன்மையை நிறுவிக் கொள்ள தமக்கென சமூகக் கூடங்களை உருவாக்கிக் கொண்டார்கள்.

இத்தகைய வளர்ந்து வரும் சூழலில் உள்ளூர் தலித்துகள் தங்களுக்கான சம உரிமைகளைப் பெற முயற்சித்தனர். ஊரின் பொதுவான வள ஆதாரங்களைப் பங்கிட்டு அனுபவிக்கவும் முயன்றனர். இவையெல்லாம் அதுவரை ஆதிக்கச் சாதிகளிடம் அல்லது சில குடும்பங்களிடம் இருந்து வந்தன. தலித் சமூகங்களின் இந்த உரிமை கோரலும், உறுதிபடப் பேசும் போக்கும் பஞ்சாபின் ஊரகப் பகுதிகளில் சாதிச் சண்டைகள், மோதல்கள் உருவாகக் காரணமாக அமைந்தன (ஜோத்கா & லூயிஸ் 2003). பீகாரின் ஊரகங்களில் நிகழ்த்தப்பட்ட ஓர் ஆய்வின் வழியும் சாதிகளிடையே பாரம்பரிய குடிஊழிய உறவில் தேய்மானம் அடைந்ததை அறிய முடிகிறது. மேலும், ஒரு தனி நபர் எத்தகைய தொழிலைச் செய்யலாம் எனும் விருப்பத்தைக் கிராமச் சமூகம் கொண்டிருக்கவில்லை (சாகே 2004).

இத்தகைய மாறிவிட்ட சூழலில், பல்வேறு காரணிகள் ஒன்றுபட்டிருக்கும் நிலையில் தலித்துகளிடம் புதியபோக்கு மேலெழுந்துள்ளதைக் கண்டறிய வேண்டும். முன்னாள் தீண்டத்தகாத மக்களிடம் உருவாகியுள்ள இந்த அரசியல் பிரமுகர்கள் 'தலித் அடையாளம்' எனும் கருத்தைப் பயன்படுத்தினர். தலித்துகளின் கண்ணியமான வாழ்க்கைக்கும் வளர்ச்சிக்கும் அனைவரும் ஓரணியாகத் திரள வேண்டுமென்றனர். இத்தகைய முயற்சியில் கான்சிராம், மாயாவதி முதலியோர் வெற்றியடைந்ததைக் காண்கிறோம் (ஷா 2001; பாய் 2002).

தலித்துகள் எல்லா இடங்களிலும் தங்களுடைய மனித, அரசியல் உரிமைகளை உறுதிப்படுத்திப் பேசி வந்தனர் (மெண்டல்சோன் & விக்சியானி 2000: 1). கடந்த காலத்தின் நிலைமை எதுவாக இருந்தாலும், முன்னாள் தீண்டத்தகாதவர்களில் மிகச் சிலர் தங்களின் தாழ்ந்த நிலையை ஏற்றுக் கொள்கின்றனர். அது தங்களுக்கு இயற்கையிலேயே அமைந்த ஒன்று என்றும், தங்களின் விதி என்றும் கூறுகின்றனர் (சார்ஸ்லி & காரந்த் 1998). ஆனால் இன்று அவர்கள் அனைவரும் பொருளியல் சார்ந்த வசதி வாய்ப்புகளை விரும்புகின்றனர்; கண்ணியத்தைக் கோருகிறார்கள் (டெலீஜ் 1999: 1).

சாதியின் பேசுபொருள்

மேற்கூறியவற்றை எல்லாம் கவனிக்கும்போது தலித்துகளின் சமூக நிலைமை மேம்பட்டுவிட்டது என்றோ, கட்டுப்பாடுகளிலிருந்து அவர்கள் வெளியே வந்துவிட்டார்கள் என்றோ பொருளாகாது. சில அறிஞர்கள் பின்வருமாறு விவாதிக்கின்றனர். கருத்தியல் ரீதியாகப் பார்த்தால் சாதி வலுவிழந்துவிட்டது; தீண்டாமையின் பழைய வடிவங்கள் குறைந்து வருகின்றன.

ஆயினும் உள்ளூர் ஆதிக்கச் சாதிகள் தலித்துகள் மீது வன்கொடுமைகள் நிகழ்த்துவது தேசத்தின் சில பகுதிகளில் அதிகரித்து வருகிறது (பெத்தேய்ல் 2000; ஷா 2000; மொஹந்தி 2007). தலித்துகள் மீது நிகழ்ந்த வன்கொடுமைகளை மதிப்பாய்வு செய்த மூத்த அரசறிவியல் அறிஞர் பின்வரும் முடிவினைக் காண்கிறார். 'கிடைக்கும் தரவுகளைத் தொகுத்துப் பார்த்தால் தலித்துகள் மீது நடக்கும் வன்கொடுமைகளின் தீவிரம் அதிகரித்துள்ளது. வரும் காலத்தில் அவை குறையலாம் என்றாலும் இன்றைய நிலைமை அதிகமாகவே உள்ளது (மொஹந்தி 2007: 4).

தலித் அடையாளம் உதயமானதும், சனநாயக அரசியலில் அவர்கள் பங்கேற்றதும் ஆக்கப்பூர்வமான மாற்றங்களாகும். இவை சாதியின் அதிகாரத்தைக் குறைத்தன. இருப்பினும், மேலே குறிப்பிட்டவாறு வெவ்வேறு சாதிகள் வெவ்வேறு வகையான ஆதாரங்களை அடிப்படையாகக் கொண்டு பொருளாதார அரசியல் களங்களில் நுழைந்தனர். இச்சூழலில் பாரம்பரியமாக விளிம்புக்குத் தள்ளப்பட்ட சமூகங்கள் அரசியலில் பங்கேற்பதை உள்ளூர் ஆதிக்கக் குழுக்களால் தடுத்து நிறுத்த முடியவில்லை. இதனால் சமூகத்தில் சமத்துவமின்மையோ, சாதியோ, தரவரிசையோ மறைந்துவிடவில்லை. தலித் அல்லது ஓபிசி (OBC) எனும் குறியீடு சமூக விலக்குகளுக்கும், சாதகமற்றவை களுக்கும் தொடர்ந்து காரணமாக அமைந்தது. சாதி வன்முறை என்பது ஒற்றை வழித்தடமாக உள்ளது. இதில் சாதிகளின் ஏற்றத்தாழ்வில் அடிநிலையில் இருக்கும் தலித்துகள் மட்டுமே பாதிப்படைகின்றனர்.

இந்தியாவில் தலித்துகளுக்கு அரசின் கொள்கைகளும், உறுதியான நடவடிக்கைகளும் ஓர் ஆக்கப்பூர்வமான தாக்கத்தை உண்டாக்கின. அவ்வாறே சட்டபூர்வமான நடவடிக்கை களும் வேறுபாட்டினை உருவாக்கின. இம்மக்களுக்கு உரிமையும் அதிகாரமும் கிடைப்பதற்குப் பாடுபட்டுக் கொண்டிருந்த குடிமையியல் உரிமை இயக்கங்களுக்கும், தலித் செயல் பாட்டாளர்களுக்கும் இவை மிக முக்கியமான கருவிகளாக அமைந்தன. இருப்பினும், சாதிய உறவுகளின் இறுக்கமும் மரபான மாறா மனநிலையும் தலித்துகளின் நிலைமையில் பெரும் மாற்றங்களை ஏற்படுத்தவில்லை. பொருளாதாரச் சூழலில் முதலாளித்துவ முறை ஆதிக்கமடைந்த நிலையிலும் சாதியத்தின் வலிமையால் வர்க்க அமைப்பு உருவாகவில்லை. சாதி வேறுபாடும், பாரபட்சங்களும், சாதி ஒடுக்குதல்களும் தற்கால இந்திய நகர வாழ்வில் காணப்படுகின்றன. சில ஆய்வுகள் காட்டும் பட்டறிவு மூலம் 'மற்றவர்களைவிட தலித்துகள் கல்வியறிவு பெறுவதில் குறைந்து காணப்படுகின்றனர்' (உலக வங்கி 2011: 6).

அட்டவணை 4: 1999–2000இல் நிலம் வைத்திருந்த எஸ்.சி. குடும்பங்களைப் பார்க்கும்போது நிலமற்ற / அநேகமாக அதனை ஒத்த குடும்பங்களின் விழுக்காடு

மாநிலம்	நிலமற்றவர்	நிலமற்றவருக்கு நெருக்கமாக	நிலமற்றவரும் நிலமற்றவருக்கு நெருக்கமாகவும் உள்ளோர்
ஆந்திர பிரதேசம்	6.9	64.70	71.60
அசாம்	2.5	56.10	58.60
பீகார்	23.8	67.10	90.90
குஜராத்	18.1	61.20	79.30
ஹரியானா	5.7	86.10	91.80
ஹிமாச்சல பிரதேசம்	0.9	68.40	69.30
ஜம்மு காஷ்மீர்	0.5	51.90	52.40
கர்நாடகா	3.6	59.30	62.90
கேரளா	4.2	89.60	93.80
மத்திய பிரதேசம்	13.7	33.9	47.60
மகாராஷ்டிரா	16.7	54.80	71.50
ஒரிஸா	1.4	67.1	68.50
பஞ்சாப்	12.2	82.50	94.70
ராஜஸ்தான்	3	37.30	40.30
தமிழ்நாடு	15.1	73.60	88.70
உத்திர பிரதேசம்	5.3	66.50	71.80
மேற்கு வங்காளம்	6	76.20	82.20
இந்தியா	10	65.00	75.00

மூலம்: Thorat (2009: 251)

அவர்களின் பொருளாதார நிலைமையும் அவ்வாறே காணப்படுகிறது. ஒப்பீட்டு நிலையில் சொல்ல வேண்டுமானால் மற்றவர்களைவிட எஸ்.சி.க்களில் பெரும்பான்மையினர் பொருள் வளமின்றி ஏழ்மையில் வாழ்கின்றனர். இக்கூற்று ஊரக இந்தியாவில் வாழ்வோருக்கு மிகவும் பொருந்தும். இங்கு வாழும் தலித் மக்கள் மற்ற மக்களைக் காட்டிலும் உத்திரவாதமில்லா

சாதி

துறைகளில் வேலை செய்கின்றனர். அட்டவணை – 4 காட்டுவதுபோல இந்தியாவில் 75 விழுக்காடு தலித்துகள் நிலமற்றவர்கள் அல்லது மிகக் குறைந்த நிலம் கொண்டவர்கள். பீகார், ஹரியானா, பஞ்சாப், கேரளம் முதலான மாநிலங்களில் இதன் அளவு 90 விழுக்காடாக உள்ளது. இச்சூழல் காட்டுவது என்னவென்றால் தலித்துகள் குறைவான கூலி கிடைக்கும் தொழிலில் ஈடுபடுகின்றனர் என்பதே. 1999-2000 ஆண்டில் ஒட்டுமொத்த ஊரக எஸ்.சி. குடும்பங்களில் 61.42 விழுக்கட்டினர் கூலி வேலை செய்பவர்கள். இதற்கு மாறாக எஸ்.சி. / எஸ்.டி. அல்லாத குறைந்த எண்ணிக்கையினர் (32 விழுக்காடு) மட்டுமே கூலி வேலை செய்கின்றனர் (தொராட் கூறியுள்ளபடி 2009: 253).

நகரத் தொழிலாளர் சந்தையில் சாதி

கிராமியச் சமூக ஒழுங்கில் ஏற்பட்ட உடைசல் சாதிப் படிநிலையில் அடியில் உள்ள மக்களுக்கான அதிகார மீட்பாக அமைந்தது. இம்மக்களில் பெரும்பாலோர் இன்று கிராமங்களுக்கு வெளியேயும், வேளாண் பொருளாதாரத்தைத் தாண்டியும் வேலை தேடுகின்றனர். காலகதியில் வேளாண்மை மூலம் கிடைக்கும் வேலை வாய்ப்பு குறைந்து வருகிறது. வேளாண்மையில் சிறந்து விளங்கும் பகுதிகளில் இந்நிலை ஏற்பட்டுள்ளது. அங்கு உருவான இரண்டாம் கட்ட எந்திரமயமாதல் உடல் உழைப்பின் தேவையை வெகுவாகக் குறைத்துவிட்டது. உடைமையற்ற ஏழைகளாகிய இவர்களுக்கு ஊருக்கு வெளியே தகுந்த வேலை தேடுதல் என்பது எளிமையாக இல்லை. மாநகரங்களை நோக்கிப் பிழைப்பு தேடியவர்களுக்கு முறைசாரா தொழில்களே கிடைத்தன. இங்கு வேலை உத்திரவாதமில்லை; கூலியும் குறைவு. எடுத்துக்காட்டாக, 2004-5 ஆண்டின் தினக்கூலிப் பிரிவில் பொதுப் பிரிவினர் 8 விழுக்காடாகவும், எஸ்.சி.க்கள் 29 விழுக்காடாகவும் இருந்தனர் (காண்க: அட்டவணை – 5) சுய வேலைவாய்ப்பு வகையிலும் தலித்துகளின் எண்ணிக்கை மிகக் குறைவாகவே உள்ளது. அவர்களின் சுய முயற்சிக்குத் தேவையான உடைமை அவர்களிடம் இல்லை என்பதையே இது காட்டுகிறது. நகரங்களில் எஸ்.சி.க்கள் அரசுத் துறைகளில் தொடர்ச்சியான வேலை வாய்ப்பைப் பெற்றாலும், இன்னும் அடித்தட்டில் அவர்கள் அதிகமாகவே உள்ளனர். எடுத்துக்காட்டாக, மத்திய அரசுத் துறைகளில் தூய்மைப் பணியாளர்களில் 65 விழுக்காட்டினர் தலித்துகள். இவர்கள் பாரம்பரியமாக துப்புரவு சாதிப் பிரிவு களைச் சேர்ந்தவர்கள். இதற்கு மாறாக, 2 விழுக்காடு எஸ். சி.க்கள் மட்டுமே அதிகம் சம்பளம் கிடைக்கும் வேலைகளில் அல்லது தொழில்நுட்ப வேலைகளில் உள்ளனர். இப்பிரிவில்

மற்ற சாதிகளின் எண்ணிக்கை 8 விழுக்காடாக உள்ளது (உலக வங்கி 2011a: 231).

அட்டவணை 5: பல்வேறு சாதிப் பிரிவுகளில் பணியாளர்களின் வகைகள்

வேலை வகை	எஸ்.சி	ஓபிசி	பொது	மொத்தம்
சுய தொழில்	28	41	37	38
வழக்கமான தொழில்	9	9	14	10
தினக்கூலி	29	16	8	17
உழைப்பாளர் தொகுப்பில் இல்லாதவர்	30	32	38	33

மூலம்: World Bank (2011a:231), based on 2004-5 NSSO Data

எல்லாவற்றையும் உள்ளடக்கிய வளர்ச்சி என்ற உத்திரவாதத்தை மீறி உலகமயமாக்கமும், தராளமயமாக்கமும் தலித்துகளுக்குச் சாதகமாக அமையவில்லை. புதிய பொருளாதாரக் கொள்கையின் உடனடித் தாக்கம் வேலை குறைப்பாகும். அரசுத் துறைகளில் இடஒதுக்கீட்டால் கிடைத்த வேலைகள் தொடர்ந்து குறைந்து வருகிறது. 1994 முதல் 2004 வரை அரசுத் துறைகளில் தலித்துகள் 17 விழுக்காடு என்றிருந்த நிலை மாறத் தொடங்கியது. 6,02,670லிருந்து 5,21,423 ஆகக் குறைந்தது. ஆனால், முதல், இரண்டாம், பிரிவுகளில் தலித்துகளின் எண்ணிக்கை சீராக உயர்ந்தது. பிரிவு 3,4களில் பெரிதும் குறைந்தது.

தனியார் துறைகளில் வேலைவாய்ப்பில் சாதி முக்கியமாகிறதா? உலகம் முழுக்க உள்ளவாறு, இந்தியாவிலும் தனியார் துறையானது சமூக / பண்பாட்டு ரீதியில் மிகச் சில உயர்குடி மக்களிடம் உள்ளது. உயர் பதவிகளை அக்குடும்பத்தாரே வகிக்கின்றனர். மற்ற பதவிகளை தம் சமூகத்தார் அல்லது உறவுக் கூட்டத்தார் இல்லாதபோது வெளியாருக்குக் கொடுக்கின்றனர். கடந்த இரண்டு, மூன்று தசாப்தங்களில் இந்திய கார்பரேட் துறையின் பண்பாட்டில் பெரும் மாற்றத்தைக் காண முடிகிறது. பெரிய நிறுவனங்கள் தம் குடும்ப உறுப்பினர்களை வேலையில் அமர்த்திக் கொள்வதில்லை. சில குடும்ப உறுப்பினர்கள் அதில் இருந்தாலும், அப்பணிகளுக்குத் திறமையுள்ள தொழில்முறை நபர்களைத் தேர்ந்தெடுக்கின்றனர். 'திறமை' என்பது இந்தக் கார்ப்பரேட்டுகளின் சுய அடையாளத்துக்கு முக்கியமானதால், சில காலத்திற்கு அவர்களைக் குத்தகை எடுப்பது அபூர்வமாகி விட்டது. அதற்கானவர்களைத் தேர்ந்தெடுக்கும்முறை

அட்டவணை 6: 1994, 1999, 2004ஆம் ஆண்டுகளில் மத்திய அரசுப் பணிகளில் எஸ்.சி. பிரதிநிதித்துவம்

குழு	1994			1999			2004		
	மொத்தம்	எஸ்.சி.க்கள்	% மொத்தம்	மொத்தம்	எஸ்.சி.க்கள்	% மொத்தம்	மொத்தம்	எஸ்.சி.க்கள்	% மொத்தம்
அ	59,016	6,046	10.25	93,520	10,558	11.29	80,011	9,744	12.2
ஆ	1,03198	12,442	12.06	1,04,963	13,306	12.68	1,35,409	19,602	14.5
இ	23,81,613	3,74,758	15.73	23,96,426	3,78,115	15.78	20,40,970	3,44,865	16.9
ஈ	10,23,285	2,09,423	20.47	9,49,353	1,89,761	19.99	8,02,116	1,47,212	18.4
மொத்தம்	35,67,112	6,02,670	16.9	35,44,262	5,91,740	16.7	30,58,506	5,21,423	17.05

மூலம்: Annual Reports, DOP&T, Goverment of India, as in the *Eleventh Five Year Plan*, Volume 1, Planning Commission. Available at http://planning commission.nic.in/plans/planrel/fiveyr/11th/11_v1/11th_vol1.pdf (p.107), accessed on 20 October 2009.

எல்லோருக்கும் திறந்திருக்கவில்லை. இதில் பிரசித்தி பெற்ற நடைமுறைகள் வருமாறு: (i) முகவர்கள் மூலம் 'ஆட்களை வேட்டையாடுதல்' (ii) வளாகத்திலேயே நேர்காணல் செய்தல் (iii) நிறுவனத்திற்குள்ளேயே சிபாரிசு செய்தல். பெருமளவு வேலைகளை நிபுணத்துவம் கொண்ட அமைப்புகள் மூலம் செய்துகொள்ளுதல்.

தனியார் துறைகளில் யார் பொருத்தமான பணியாளர்? உயர்பதவிகளுக்குத் தேர்ந்தெடுக்கும் நபர்களின் திறமையை அவர்கள் எப்படித் தீர்மானிக்கிறார்கள்? 2006–2007 காலகட்டத்தில் தில்லியில் கார்பரேட் கம்பெனிகளுக்கான மேலாளர்கள் எப்படி தேர்ந்தெடுக்கப்படுகிறார்கள் எனும் ஆய்வில் பணிக்கான தகுதிப்பாட்டை வெறும் முறைசார் தகுதியால் மட்டுமே முடிவு செய்யவில்லை. குத்தகைக்கு எடுக்கப்பட்ட மேலாளர்களில் அநேகமாக எல்லோருமே தம் நேர்காணலின்போது 'குடும்பப் பின்னணி'யைக் கேட்டனர் என்று சொன்னார்கள். தம் நிறுவனத்தின் மரபுக்கேற்ற நபரைக் கண்டுபிடிப்பதில் குடும்பப் பின்னணி முக்கியமாகிறது. இதற்கு இணையாக உயர் பதவிகளுக்குத் தேர்ந்தெடுக்கப்படும் நபர்களின் மொழித்திறனும் கவனிக்கப்படுகிறது. மிகச் சரளமாக ஆங்கிலம் பேசுவது தேவையாகிறது. இன்னொரு வகையில் சொல்வதானால், 'பண்பாட்டு மூலதனம்' மிக முக்கியமாகிறது (போர்தியே 1986). இது சாதியாலும் வாழிடத்தாலும் (ஊரகம் / நகரம்) அமைகிறது என்று நபர்களைத் தேர்ந்தெடுப்போர் எண்ணுகின்றனர். இது அந்நபர் படித்த பள்ளியால் அமைகிறதெனவும் கருதுகின்றனர்.

தில்லி பல்கலைக் கழக மாணவர்களிடம் மேற்கொண்ட இன்னுமொரு ஆய்வின் மூலம், வேலை தேடும்போது ஏற்பட்ட அவர்களின் எண்ணங்களும் அனுபவங்களும் கண்டறியப்பட்டன. தலித் மாணவர்கள் என்னதான் நகரச் சூழலில் நன்கு படித்திருந்தாலும் அவர்களுடைய சாதியின் பாரத்தை அவர்கள் சுமக்க வேண்டியிருந்தது. வேலை கொடுக்கும் நிறுவனத்தார் நேர்காணலின்போது சாதியமைப்பு பற்றிய அவர்களுடைய கருத்தையும் இட ஒதுக்கீட்டின் பொருத்தப்பாட்டையும் கேட்டனர். இத்தகைய கேள்விகளை உயர்சாதியாரிடம் கேட்கவில்லை. மற்ற மாணவர்கள் இத்தக் கேள்விகளை மிகவும் சிக்கலோடு எதிர்கொண்டனர். பலர் இக்கேள்விகளை வெறுத்தனராம். தத்தம் வாழ்க்கை வரலாற்றைத் தற்காத்துக் கொள்ள வேண்டியவர்களாக இருந்தனர் (தேஷ்பாண்டே 2011: 182–212).

பண்பாட்டு மூலதனத்தையும் தாண்டி, சமூக வலைப்பின்னல் அல்லது சமுக மூலதனம் நகரச் சந்தையில் ஒருவருடைய வேலை

வாய்ப்பைத் தீர்மானிக்கிறது. இந்தியாவில் சமூக மூலதனத்தில் சாதியும் குடும்பமும் இரண்டு மிக முக்கியக் காரணிகளாகின்றன. பொருளாதாரத்தில் மேல்நோக்கி நகர்வதில் ஒவ்வொரு சாதியும் வெவ்வேறு வாய்ப்பைக் கொண்டுள்ளது. எடுத்துக்காட்டாக, சாதியடுக்கில் அடிமட்டத்தில் உள்ள ஒருவர் நகரங்களில் தனியாகத் தொழில் தொடங்கும்போது அவருடைய சாதி அவருக்குச் சில நிர்ணயங்களை ஏற்படுத்துகிறது. முதலாவதாக, வரலாற்று ரீதியில் முன்னாள் தீண்டத்தகாதார் மிகக் குறைந்த நிலத்தையே வைத்துள்ளனர். அவர்களுக்கு மூலதனமும் முதலீடும் எட்டுவதில்லை. இருப்பினும், கடந்த இரண்டு தசாப்தங்களில் இவர்களில் சிலர் நரகப் பொருளாதாரத்தில் இறங்கியுள்ளனர்; தொழில்களைத் தொடங்கியுள்ளனர். அவர்களுடைய அனுபவங்கள்தான் என்ன?

ஹரியானா, உத்தரப் பிரதேச நகர மையங்களில் தலித் தொழில் முனைவோர் பற்றிய மதிப்பாய்வில் மற்ற சமூகங்களின் தொழில் முனைவோரை ஒப்பிடும்போது இவர்களுக்குப் பொருளாதார வசதி இருந்தாலும், சமூக வளங்கள் இல்லாததால் முடங்கிவிட்டனர். தலித்துகளின் சில சமூகங்கள் இச்சூழலை எதிர்கொண்டன. சமார்கள் மரபாகவே நகரங்களில் தோல் தொழிலில் ஈடுபட்டவர்கள்; அதில் வெற்றியும் கண்டவர்கள். ஆனால் வால்மீகிகள் சமூகப் பொருளாதார ரீதியில் ஆதாயமடையாதவர்கள்.

இந்திய நகரங்களில் வணிகமானது பாரம்பரியமாகக் குழு அடிப்படையில் நடைபெறுகிறது. இந்தக் குழு பொதுவாகச் சாதியாலும் உறவுகளாலும் அமைந்துள்ளது. சிறிய நகரங்களில் சிறிய அளவு வணிகம் / தொழில் நடவடிக்கைகளில் இது முற்றிலும் உண்மையாகும். மேற்கூறிய இந்த வணிகக் குழு மரபாகவே அந்த வட்டாரத்தின் ஆதிக்க வணிகச் சாதிகளின் கட்டுப்பாட்டில் உள்ளது. பல்வேறு பகுதிகளில் மேற்கொண்ட ஆய்வுகளின்படி, வணிகத்தில் சமூகமும் உறவுமுறை நெருக்கமும் மிக முக்கிய பங்கு வகிக்கின்றன (ருட்டன் 2003; முன்ஷி 2007). முன்னாள் தீண்டத்தகாத சமூகத்தார் சமூக, பண்பாட்டு மூலதனத்தைக் கொண்டிருக்கவில்லை. இது ஒரு பிரச்சனை. மேலும், இவர்கள் மீது ஒரு கூட்டு வெறுப்புணர்ச்சி காட்டப்படுகிறது. இது அவர்களுடைய சுய பிம்பத்தை மட்டுமல்ல, தன்னம்பிக்கையையும் குறைக்கிறது. இன்னொரு வகையில் சொல்வதானால், சாதி என்பது அவர்களுக்கு எப்போதும் வேறுபடுத்திப் பாரபட்சம் காட்டும் அனுபவமாகவே உள்ளது.

பின்னுரை

இந்தச் 'சிறிய' அறிமுகமானது சாதியின் பல்வேறு பரிமாணங்களைப் பழகு மொழியில் பேச முயற்சிக்கிறது. அதே நேரத்தில் இப்பொருள் பற்றிய சிக்கல்கள் எதனையும் சமசரம் செய்துகொள்ளவில்லை. என்னுடைய இந்த முன்னெடுப்பானது சாதி பற்றிய பரந்துபட்ட நோக்குகளையும், பன்முக அனுபவங்களையும் மதிப்பாய்ந்து எழுதப்பட்டதாகும். சமூக அறிவியல் அறிஞர்கள் விவாதித்தும் எழுதியும் உள்ள கருத்துகளையும் முன்வைத்துள்ளேன். சாதி எவ்வாறு மாறிவந்திருக்கிறது என்பதன் அர்த்தங்களையும் அனுபவங்களையும் இங்கு காட்டியுள்ளேன். இவற்றில் சிலவற்றைத் தேவைக்கேற்ப முன்னிலைப் படுத்தியிருக்கிறேன்.

சாதி பற்றிய துய்மோனின் பார்வையைப் பல அறிஞர்கள் பேசியிருக்கிறார்கள். அந்தப் பார்வை யானது பிராமணர்கள் எழுதிய பண்டைய இந்து மதச் செவ்வியல் நூல்களை அடிப்படையாகக் கொண்டது. சாதி பற்றிப் பிராமணர்கள் கூற விரும்பும் கதையை விவரிப்பதாக அது உள்ளது. அதன்படி பார்த்தால் இந்து மதத்திலிருந்து தோன்றிய ஒரு நிறுவனமாகிறது சாதி. அதன் மையக் கருத்துகள் அனைத்தும் அதன் கருத்தியல் பண்பாக உள்ளது. இத்தகைய நோக்கில் பார்த்தால் சாதி பற்றிய கருத்தியலே இந்துக்களின் சமூக உறவுகளை வடிவமைக்கிறது, அவர்களின் வாழ்வியலைக் காட்டுகிறது. அவர்களின் சமூக அடையாளத்தையும், சொந்த அடையாளத்தையும் சொல்கிறது. இந்தப் பார்வையின்படி பார்த்தால், சாதி என்பது இந்திய நாகரிகத்தின் தனித்துவமான

பண்பாக விளங்குகிறது. உலகில் வேறெங்கும் காண முடியாததாக உள்ளது. படிநிலையும் சமத்துவமின்மையும் இதன் மையப் பண்புகளாக இருந்தாலும், இவையே பண்பாட்டின் யதார்த்தமாக உள்ளன. மேற்கத்தியச் சமூகங்களில் காணப்படும் 'வர்க்கம்' எனும் வகையிலிருந்து அல்லது கருத்தாக்கத்திலிருந்து இது அடிப்படையில் வேறுபடுகிறது. அங்கு சமத்துவமின்மையானது பொருளாதார அரசியல் வாழ்வின் யதார்த்தத்திலிருந்து தோன்றுகிறது. ஆனால் இந்திய அல்லது இந்து மரபில் சாதி என்பது 'படிநிலைப்பட்ட தகுதி' அடிப்படையிலானது. அது பொருளாதாரம், வசதி வாய்ப்புகள் ஆகியவற்றிலிருந்து விலகித் தனித்துச் செயல்படுகிறது.

இந்த நூலின் வெவ்வேறு இயல்களில் விவாதித்துள்ளவாறு, இன்று மிகச் சில அறிஞர்களே சாதி பற்றிய இக்கருத்துகளை ஏற்றுக்கொண்டுள்ளனர்.

படிநிலைப்பட்ட தகுதியே சாதியின் மைய அம்சம். இதுவே அதன் கருத்தியல் பரிமாணமாகவும் உள்ளது. இது அரசியல், பொருளாதாரச் செயல்பாடுகளிலிருந்து பிரிந்து தனியே மறுஉற்பத்தி செய்யப்படுவதில்லை. இந்துக்களின் மனம் தனித்துவமான ஒன்றல்ல. தெற்காசியப் பகுதியில் இந்துக்களிடம் மட்டும் சாதிகளில் வேறுபாடுகள் இல்லை. இவை மற்ற மதங்களில் பல்வேறு வகைகளில் காணப்படுகின்றன. அறிஞர்கள் பலரும் வெவ்வேறு அணுகுமுறைகளில் களப்பணி ஆய்வு மூலம் கண்டறிந்தது என்னவென்றால் சாதியானது அதிகாரத்தோடும் பொருளாதாரத்தோடும் பின்னிப் பிணைந்துள்ளது. உதாரணமாக, சாதியின் படிநிலையானது வேளாண்மை அல்லது நிலம் சார்ந்த உறவுகளை நேரடியாக வடிவமைத்துள்ளது. இதுவே அதன் மறுஉற்பத்திக்கு முக்கியப் பங்காற்றுகிறது. பண்டைய, இடைக்கால இந்தியாவில் நிலத்தை யார் வைத்திருக்கலாம், யார் வைத்திருக்கக் கூடாது, யார் யாரெல்லாம் உழலாம் என்ற சாதிய வரைமுறைகளை வரலாற்று ஆசிரியர்கள் ஆய்வுகள் மூலம் காட்டியுள்ளனர். சாதிக்கும் நிலத்துக்கும் உள்ள கெட்டியான உறவானது பொருளாதாரப் படிநிலையைக் கட்டமைக்கிறது. அது அந்தந்தக் காலத்தின் அரசியல் அதிகாரத்தோடும் இணைந்திருந்தது.

சாதி பற்றிய நம்முடைய புரிதல் ஆட்சி முறையாலும் வடிவமைக்கப்பட்டது என்பதை வரலாற்று ஆய்வுகள் காட்டுகின்றன. ஆங்கிலக் காலனியாட்சி இந்தத் தேசத்தின் மக்களைப் பல்வேறு வகைகளில் வகைப்படுத்தியது என்பதைக் கண்டோம்.

இயல் 2இல் கூறியுள்ளபடி, 1950–1960களில் இந்தியக் கிராமங் களை நேரடிக் களப்பணி மூலம் ஆராய்ந்த மானிடவியலர்கள், சாதியானது நேரடியாக அதிகாரத்தைக் கொண்டுள்ள அமைப்பு என்று தெளிவாகக் காட்டினார்கள். மேலும், சாதியானது வட்டாரத்திற்கு வட்டாரம் வேறுபடுகிறது எனும் கள உண்மையை இந்த ஆய்வுகள் சுட்டிக் காட்டின. பிராமணர்கள் எங்கெல்லாம் நிலக்கிழார்களாகவும் அதிகாரத்துக்கு நெருக்கமாகவும் இருந்தார்களோ, அங்கெல்லாம் அவர்கள் உயர்ந்த தகுதியை அனுபவித்து வந்தார்கள். அதிகாரத்தோடு நெருக்கமாக இருந்தார்கள். அதிகாரம், தகுதி இரண்டுக்கும் எவ்வித முரண்பாடும் இல்லை. இத்துணைக் கண்டத்தில் பஞ்சாப் போன்ற பிரதேசங்களில் பிராமணர்கள் தவிர்க்க முடியாதவர்களாக இல்லை. ஆனால் சாதி வலுவான நிறுவனமாக உள்ளது. இதிலுள்ள படிநிலை வெவ்வேறானது என்பதை வரலாற்று ஆய்வுகளாலும், களப்பணி அனுபவ வழி ஆய்வுகளாலும் அறிய முடிகிறது.

இங்கு சாதி மாறவே மாறாது என்பதும், அதனை எதிர்கொள்ளவே முடியாது என்பதும் புகழ்பெற்ற தொன்மமாக உள்ளது. இதனையும் வரலாற்று ஆய்வுகளும் களப்பணி ஆய்வுகளும் திறமாக முறியடித்துள்ளன. இயல்கள் 3,4இல் நான் விவாதித்துள்ளபடி, சாதியடுக்கில் அடித்தட்டில் உள்ளவர்கள் படிநிலைத் தர்க்கம் நியாயமற்றது என விமர்சித்துள்ளனர். இந்தப் படிநிலையின் கட்டமைப்பை ஏற்றுக்கொண்டாலும், ஒவ்வொரு அடித்தட்டுச் சமூகமும் தனித்தனியே தம் தாழ்வு நிலையை ஏற்காமல் கேள்வி எழுப்பியுள்ளது. தத்தம் சமூகத்தின் தோற்றம் குறித்த தொன்மத்தின் (origin myth) மூலமும், அனைவரும் ஒருங்கிணைந்து செயல்படுவதன் மூலமும் தம் எதிர்ப்பைத் தெரிவித்தனர். 'தீட்டு' எனும் எல்லைக் கோட்டிற்குக் கீழே உள்ளவர்களுக்குச் சாதி என்பது அவமானமாக உள்ளது. அது சமூகத்தில் அவர்களின் தாழ்ந்த நிலையை வலுப்படுத்துகிறது. வன்முறை, அமுக்குதல், பட்டினி முதலானவற்றை உருவாக்கு கிறது.

சாதிகளுக்கிடையிலான உறவுகளில் ஏற்பட்ட மாற்றத்தின் வேகம் விடுதலைக்குப் பின்னரே வலுப்பெற்றது. இது அரசின் கொள்கைகளாலும், உறுதிப்பாடான நடைமுறைகளாலும், நவீனமயமாக்கம், வளர்ச்சி முதலான இந்தியப் பொருளாதாரத்தில் ஏற்பட்ட அமைப்பு ரீதியான மாற்றங்களாலும் ஏற்பட்டது. இந்தியாவின் பாரம்பரியமான, வேளாண்மை சார்ந்த ஊரகப் பொருளாதாரம் நவீன தொழில்துறை சார்ந்த பொருளாதாரத்திற்கு நகர்ந்தது. இந்த நிலைமாற்றம்

மக்களின் சமூக வாழ்வில் தாக்கத்தை ஏற்படுத்தியது. பல்வேறு சாதிகளின் உறவுகளில் சமூகம், பொருளாதாரம் ஏற்படுத்திய மாற்றங்கள் மட்டுமில்லாமல், சாதிகளின் உள் கட்டமைப்பிலும் மாற்றங்களை ஏற்படுத்தின. மக்கள் வாழும் வட்டாரங்கள் எதுவாக இருந்தாலும், சாதிகள் யாவும் அவற்றின் வேறுபாடுகளை உணர்ந்து அனுபவித்துவருகின்றன. சிலர் ஏழைகளாகவே உள்ளனர். சிலர் இடைப்பட்டு நிற்கின்றனர். இதனால் ஒரு குறிப்பிட்ட சாதி ஒரு தொழிலில் ஈடுபட்டு ஒரு குறிப்பிட்ட வாழ்க்கை முறையைப் பின்பற்றிவருகிறது என்று திட்டவட்டமாகக் கூற முடியவில்லை.

அப்படியானால், இங்கிருந்து நாம் எங்கே செல்வது? சாதி பற்றி எப்படிப் பேசுவது?

இன்றைய சமகாலச் சூழலில் உறவுமுறை சார்ந்த நடவடிக்கைகளுக்கு மேல் சாதியின் முக்கியத்துவம் ஒன்றுமில்லை என்று சிலர் வாதிடலாம். இந்தியாவின் நகரச் சூழலில் இது உண்மைதான். வேறுபாடுகளும் சமத்துவமின்மையும் பொது வாழ்வில் தொடர்ந்துகொண்டிருக்கின்றன. சில இடங்களில் மேலும் கூர்மைப்பட்டிருக்கின்றன. ஆனால் அவற்றின் தன்மை மாறுபட்டுள்ளது. இன்று அவை முதலாளித்துவப் பொருளாதாரத்தால் வடிவமைந்துள்ளன. குறிப்பாகப் பொருளாதாரத்தின் குணாதிசயங்களைப் பெற்றுள்ளன. இன்றைய நவீன சமூகங்கள்போல் வர்க்க வேறுபாடுகளுடன் காண வேண்டியுள்ளது. சில சமயங்களில் நவீன தொழில்கள் சாதிகளோடு சேர்ந்துகொள்ளும்போது அது ஒரு விபத்துபோல ஏற்பட்டது எனக் கொள்ள வேண்டியுள்ளது. சாதிப் படிநிலையின் பாரம்பரிய மரபால் இது நிர்ணயம் செய்யப்பட்டதாகக் கொள்ள முடியவில்லை.

இன்னும் சிலர் இந்த விவாதத்தை வேறு விதமாக முன்னெடுக்கின்றனர். சனநாயக அரசியலின் மூலம் அல்லது சாதி அடிப்படையிலான இடஒதுக்கீடு மூலம் இன்றைய இந்தியாவில் சாதி நிலைநிறுத்தப்படுகிறது என்று இவர்கள் சொல்கிறார்கள். அரசியல்வாதிகள் சாதியை வாக்கு வங்கிகளாகப் பயன்படுத்துகிறார்கள். இல்லையென்றால் அது இப்போது காணாமல்போயிருக்கும். போட்டி அரசியலில் சாதி ரீதியாகப் பங்கேற்பது என்பது அனைவரையும் சமமாக்குகிறது.

இதனால் தொழில் சார்ந்த, மரபான, படிநிலைப்பட்ட சாதிப் பிரிவினைகள் கருத்தியல் ரீதியாக மறைந்துவிட்டன என்ற வாதம் ஒரு பக்கம் எழுந்தது. சாதிகள் மெல்ல இனக்குழுச் சமூகங்களாக உருமாறின. அவற்றின் பண்டைய மரபான படிநிலைகள் பண்பாடு

அல்லது கருத்து ரீதியான வேறுபாடுகளாகக் குறைந்துவிட்டன. அவை இன அடையாளங்களாகச் செயல்படுகின்றன. ஒவ்வொரு சாதியிலும் புதிதாக உருவாகும் மேட்டிமை மக்களுக்குத் தேவையான இன அடையாளத்தை அவை கொடுக்கின்றன.

மேற்கூறிய இந்த விவாதங்கள் நகர்ப்புற நடுத்தர வகுப்பாரிடம் செல்வாக்குப் பெற்றிருந்தன. அவை யாவும் நீடித்திருக்குமா என்றால் இல்லை எனலாம். இயல்கள் 4, 5இல் கூறியுள்ளபடி தீட்டு எனும் கோட்டுக்குக் கீழேயுள்ள முன்னாள் தீண்டத்தகாத மக்களுக்கும் (எஸ்.சி.க்கள்) அக்கோட்டுக்கு உடனடியாக மேலே உள்ள அடிமட்ட இதர பிற்படுத்தப்பட்ட மக்களுக்கும் சாதி என்பது தொடர்ந்து அமுக்கப்படுவதற்குக் காரணமாக உள்ளது. அரசு வைத்துள்ள தரவுகளின் படி பார்த்தால் மற்றச் சாதிகளைவிடவும் இம்மக்களில் அதிகமானவர்கள் நிலம்/சொத்து இல்லாதவர்களாக உள்ளனர். கடந்த ஐம்பது ஆண்டுகளில் முறைசார் கல்வி இவர்களிடம் பரவியுள்ளது. ஆனால் அவர்களுக்குக் கிடைக்கும் கல்வியின் தரம் போதுமானதாக இல்லை. இம்மக்களின் பிள்ளைகள் பள்ளிகளில் சேருகிறார்கள். ஆனால் பத்தாம் வகுப்புப் படித்து முடிப்பதற்குள் பலர் பள்ளிகளிலிருந்து நின்றுவிடுகின்றனர். இந்த இடைநிற்றலுக்கு அவர்களுடைய சாதியும் காரணமாகிறது. இதனை எல்லாம் மீறிக் கல்லூரிப் படிப்பு அல்லது தொழில்முறைப் படிப்பை முடித்தால் வேலைவாய்ப்புகளில் சாதிரீதியான அவமானங்களை எதிர்கொள்கின்றனர். ஆக, சாதிப் படிநிலை யில் அடியிலிருந்து வருவோருக்குச் சாதி என்பது அழிக்க முடியாத அடையாளமாக உள்ளது. இவர்களுக்குச் சாதி என்பது உறவுமுறை, குடும்ப விழுமியங்கள் ஆகியவற்றைத் தாண்டி நிற்கிறது. அது அவர்கள் ஏய்க்கப்படுவதற்கும் மறுக்கப் படுவதற்கும், அவமானப்படுவதற்கும் காரணமாகிறது.

எனவே சாதி பற்றிய சமகாலச் சொல்லாடல் மரபு பற்றியதாகவோ கிராம சமூக வாழ்க்கைப் பற்றியதாகவோ இருக்காது. எல்லா உரிமைகளையும் பெற்ற குடியுரிமை, அனைத்தும் அனைவருக்கும் அளிக்கப்படும் வாய்ப்புகள், பங்கேற்பு ஜனநாயகம் போன்ற பரந்த நெறிமுறை சார்ந்த அளவுகோல்களின் பின்னணியில் அமைவதாகவும் இந்த அளவுகோல்களை நிறுவனப்படுத்துவதிலுள்ள சவால்களையும் எதிர்கொள்வதாகவும் இருக்கும்.

நோக்கீட்டு நூல்கள்

Aggarwal, P.C., 1983. *Halfway to Equality.* New Delhi: Manohar Publications.

Aloysius, G., 1998. *Religion as Emancipatory Identity: Buddhist Movement among the Tamils under Colonialism.* New Delhi: New Age International Publishers.

Ambedkar, B.R., 1937/2007. *Annihilation of Caste.* New Delhi: Critical Quest.

_____ 2002. 'Caste in India', in Ghanshyam Shah (ed.), *Caste and Democratic Politics in India*, pp. 83-107. Delhi: Permanent Black.

Appadurai, Arjun., 1988. 'Putting Hierarchy in its Place', *Cultural Anthropology*, 3(1): S.36-49.

Arnold, David, Robin Jeffrey, and James Manor. 1976. 'Caste Associations in South India: A Comparative Analysis', *Indian Economic and Social History Review*, 23(3): 353–73.

Bailey, F.G., 1960. *Tribe, Caste and Nation.* Bombay: Oxford University Press.

_____ 1963. 'Closed Social Stratification in India', *European Journal of Sociology*, 4(1): 107-24.

Beltz, J., 2005. *Mahar, Buddhist and Dalit.* New Delhi: Manohar.

Berreman, Gerald D. 1963. *Hindus of Himalayas: Ethnography and Change.* Berkeley: University of California Press.

_____ 1991. 'The Brahamanical View of Caste', in Dipankar Gupta (ed.), *Social Stratification*, pp. *87-8*. New Delhi: Oxford University Press. (First published in *Contributions to Indian Sociology (n.s.)*, 5(1): 16-25).

Béteille, André., 1970. 'Caste and Political Group Formation in Tamilnad', in Rajni Kothari (ed.), *Caste in Indian Politics.* Hyderabad: Orient Longman.

_____1971/1996. *Caste, Class and Power: Changing Patterns of Stratification in Tanjore Village*. New Delhi: Oxford University Press.

_____1986. 'Individualism and Equality', *Current Anthropology*, 27(2): 121-34.

_____2000. 'The Scheduled Castes: An Inter-regional Perspective', *Journal of Indian School of Political Economy*, 12(3-4): 367-80.

Bouglé, C. 1958. 'The Essence and Reality of Caste System', *Contributions to Indian Sociology*, II(1):7-30.

_____1971. *Essays on the Caste System*. Cambridge: Cambridge University Press.

Bourdieu, Pierre., 1986. 'The Forms of Capital', in John G. Richardson (ed.), *Handbook of Theory and Research for the Sociology of Education*, pp. 241-58. New York: Greenwood Press.

Burghart, R., 1978. 'Hierarchical Models of the Hindu Social System', *Man*, New Series, 13(4): 519-36.

Charsley, Simon R., 1996. "Untouchable": 'What is in a Name?', *Journal of the Royal Anthropological Institute* (n.s.) 2(1):1-23.

Charsley, S.R., and G.K. Karnath. 1998. *Challenging Untouchability: Dalit Initiative and Experience from Karnataka*. New Delhi: Sage Publications.

Cohn, B.S., 1968. 'Notes on the History of the Study of Indian Society and Culture', in Milton Singer and B.S. Cohn (eds), *Structure and Change in Indian Society*, pp. 3-28. New York: Aldine Publishing Co.

_____1987. *An Anthropologist among Historians and Other Essays*, Delhi: Oxford University Press.

_____1996. *Colonialism and its Forms of Knowledge: The British in India*. Princeton: Princeton University Press.

D'Souza, Victor S., 1967. 'Caste and Class: A Reinterpretation', *Journal of Asian and African Studies*, 2(1): 192-211.

Das, Veena and J.P.S. Uberoi., 1971. 'The Elementary Structures of Caste', *Contributions to Indian Sociology (n.s.)*, 5: 33-43.

Dasgupta, B., (ed.) 1978. *Village Studies in the Third World*. Delhi: Hindustan

Dasgupta, P.D. and S.K. Thorat., 2009. 'Will India's Attainment of MDGs be an Inclusive Process?', *IIDS Working Paper Series*, 3(2), Indian Institute of Dalit Studies, New Delhi.

Deliège, Robert., 1993. *'The Myth of Origin of the Indian Untouchables'*, *Man*, (n.s.) 28(3): 49-53.

_____ 1999. *The Untouchables of India*. New York: Berg Publishers.

Deshpande, Ashwini., 2011. *The Grammar of Caste: Economic Discrimination in Contemporary India*. New Delhi: Oxford University Press.

Deshpande, S., 2003. *Contemporary India: A Sociological View*. New Delhi: Penguin.

Dirks, N., 1989. 'The Original Caste: Power, History and Hierarchy in South Asia', *Contributions to Indian Sociology*, 23(1): 59-77.

_____ 2001. *Castes of Mind: Colonialism and the Making of Modern India*. Princeton: Princeton University Press.

Djurfeldt, G. and S. Lindberg, 1975. *Behind Poverty: The Social Formation of a Tamil Village*. London: Curzon Press.

Dua, V., 1970. 'Social Organization of the Arya Samaj: A Study of Two Local Arya Centres in Jullundur', *Sociological Bulletin*, 19(1): 32-50.

Dube, S.C., 1955. *Indian Village*. London: Routledge and Kegan Paul.

_____ 1955/1960. 'A Deccan Village', in M.N. Srinivas (ed.), *India's Villages*. London: Asia Publishing House.

Dumont, L., 1998. *Homo Hierarchicus: The Caste System and its Implications*. Delhi: Oxford India Paperbacks (first published in 1970).

Frankel, F., and M.S.A.Rao (eds). *1989. Dominance and State Power in Modern India: Decline of a Social Order*. Delhi: Oxford University Press (Volume I).

_____ 1990. *Dominance and State Power in Modern India: Decline of a Social Order*. Delhi: Oxford University Press (Volume II).

Fuller, C.J., 1977. 'British India or Traditional India? An Anthropological Problem', *Ethnos* 3(4): 95-121.

_____ 1984. *Servants of the Goddess: The Priests of a South Indian Temple*, Cambridge: Cambridge University Press.

Galanter, Marc., 1984. *Competing Equalities: Law and the Backward Classes in India*. Delhi: Oxford University Press.

Gerth, H. and C. Wright Mills., 1948. *From Max Weber: Essays in Sociology*. London: Routledge and Kegan Paul.

Ghuman, Paul. 2011. *British Untouchables: A Study of Dalit Identity and Education*. Burlington: Ashgate.

Ghurye, G.S. 1932. *Caste and Race in India*. London: Kegan Paul.

Gooptu, Nandini., 2001. *The Politics of the Urban Poor in Early Twentieth Century.* Cambridge: Cambridge University Press.

Gorringe, Hugo., 2005. *Untouchable Citizens.* New Delhi: Sage Publications.

Gupta, Dipankar., 1981. 'Caste Infrastructure and Super Structure'. *Economic and Political Weekly,* 16 December: 2093-104.

_____ 1984. 'Continuous Hierarchies and Discrete Castes'. *Economic and Political Weekly,* XIX(46): 1955-8.

_____ 2000. *Interrogating Caste: Understanding Hierarchy and Difference in Indian Society,* Delhi: Penguin Books.

Habib, I., 1963. *Agrarian Systems of Mughal India.* Bombay: Asia Publishers.

Hardgrave, R.L., 1969. *The Nadars of Tamilnad: The Political Culture of a Community in Change.* Berkley: University of California Press.

Hardtmann, Eva-Maria. 2009. *The Dalit Movements in India: Local Practices, Global Connections.* Delhi: Oxford University Press.

Hiebert, P.G., 1971. *Konduru: Structure and Integration in a South Indian Village,* Minneapolis: University of Minnesota Press.

Hutton, J.H., 1946. *Caste in India. Cambridge:* Cambridge University Press.

Inden, Ronald., 1990. *Imagining India.* Oxford: Blackwell.

Inkeles, A. and D.H. Smith., 1974. *Becoming Modern: Individual Change in Six Developing Countries.* Cambridge: Harvard University Press.

Irschick, Eugene., 1969. *Politics and Social Conflict in South India: The Non-Brahmin Movement and Tamil Separation 1916-29.* Berkeley: University of California Press.

Jaffrelot, C., *2000.* 'The Rise of the Other Backward Classes in the Hindi Belt', *The Journal of Asian Studies,* 59(1): 86-108.

_____ 2003. *India's Silent Revolution: The Rise of Low Castes in North Indian Politics.* Delhi: Permanent Black.

_____ 2004. *Dr. Ambedkar and Untouchability: Analyzing and Fighting Caste.* Delhi: Orient Longman.

_____ 2009. 'Dr. Ambedkar's Strategies against Untouchability and the Caste System, *IIDS Working Paper,* 3(4), Indian Institute of Dalit Studies, New Delhi.

Jayal, Niraja Gopal (ed.). 2001. *Democracy in India.* New Delhi: Oxford University Press.

Jodhka, S.S. (ed.). 2001. *Community and Identities: Contemporary Discourses on Culture and Politics in India*. New Delhi: Sage Publications.

_____ 2002a. 'Caste and Untouchability in Rural Punjab', *Economic and Political Weekly*, 37(19): 1813-23.

_____ 2002b. 'Nation and Village: Images of Rural India in Gandhi, Nehru and Ambedkar', *Economic and Political Weekly*, 37(32): 3343–54.

_____ 2006.'Beyond "Crises": Rethinking Contemporary Punjab Agriculture', *Economic and Political Weekly*, XLI(16): 1530–7.

_____ 2009.'The Ravi Dasis of Punjab: Global Contours of Caste and Religious Strife', *Economic and Political Weekly*, XLIV(24): 79–85.

_____ 2010. 'Dalits in Business: Self-employed Scheduled Castes in North-West India', *Economic and Political Weekly*, 45(11): 41-8.

Jodhka S.S. and Prakash Louis. 2003. 'Caste Tensions in Punjab: Talhan and Beyond', *Economic and Political Weekly* XXXVIII(28): 2923-6.

Jodhka, S.S. and Katherine Newman. 2007. 'In the Name of Globalisation: Meritocracy, Productivity and the Hidden Language of Caste', *Economic and Political Weekly*, 42(41): 4125-32

Joshi, Barbara R. 1977. 'The Buddhist Movement of Western Uttar Pradesh', Mimeo.

_____ 1982. 'Whose Law, Whose Order: "Untouchables," Social Violence, and the State in India', *Asian Survey*, 22(7): 676-87.

_____ 1986. *Untouchable! Voices of the Dalit Liberation Movement.* London: Zed Books.

Juergensmeyer, M. 1988. *Religious Rebels in the Punjab: The Social Vision of Untouchables.* Delhi: Ajanta Publications.

Karanth, G.K. 1996. 'Caste in Contemporary Rural India', in M.N. Srinivas (ed.), *Caste: Its Twentieth Century Avatar*, pp. 87-109. New Delhi: Penguin.

Khare, R.S. (ed.). 2006 *Caste, Hierarchy and Individualism: Indian Critiques of Louis Dumont's Contributions*. New Delhi: Oxford University Press.

Kothari, Rajni. 1970. *Caste in Indian Politics*. Hyderabad: Orient Longman.

Krishna, Anirudh. 2001. 'What is Happening to Caste? A View from Some North Indian Villages', Terry Sanford Institute of Public Policy Working Paper SAN01-04, Duke.

Lele, Jayant (ed.). 1981. *Tradition and Modernity in Bhakti Movements.* Leiden: EJ Brill.

Lorenzen, David N. 1987. 'Tradition of Non-caste Hinduism Kabir Panth', *Contributions to Indian Sociology*, 21(2): 263-83.

Lynch, O. 1969. *The Politics of Untouchability: Social Mobility and Social Change in a City of India*. New York: Columbia University Press.

Majumdar, D.N. 1958. *Caste and Communication in an Indian Village*. Bombay: Asia Publishing House.

Manor, James. 2010. 'Prologue: Caste and Politics in Recent Times', in Rajni Kothari (ed.), *Caste in Indian Politics* (Second Edition), pp. xi-lxi. Hyderabad: Orient Blackswan.

Marx, Karl. 1853. 'The British Rule in India', *The New York Herald Tribune*, 10 June 1853. Available at http://www. marxists.org/archive/marx/works/1853/06/25.htm, accessed on 21 December 2011.

Mencher, J.P. 1974. 'The Caste System Upside Down or the Not-So-Mysterious East', *Current Anthropology*, 15(4): 469-93.

Mendelsohn, O. 1993. 'The Transformation of Authority in Rural India', *Modern Asian Studies* 15(4): 805-42.

Mendelsohn, O. and M. Vicziany. 2000. *The Untouchables: Subordination, Poverty and the State in Modern India*. Cambridge: Cambridge University Press.

Moffat, M. 1979. *An Untouchable Community in South India*. Princeton: Princeton University Press.

Mohanty, M. 2007. 'Kilvenmani, Karamchedu to Khairlanji: Why Atrocities on Dalits Persist?' Available at www.BoellIndia.Org/Download_En/Mohanty_Amrita_Corrected. Pdf, accessed on 9 November 2009.

Moore, B.Jr. 1966. *Social Origins of Dictatorship and Democracy: Lord and Peasant in the Making of the Modern World*. Middlesex: Penguin Books.

Munshi, Kaivan. 2007. 'The Birth of a Business Community: Tracing Occupational Migration in a Developing Economy'. Available at www.econ.brown.edu/fac/Kaivan_Munshi/diamond10.pdf, accessed on 10 November 2008.

Neale, W. 1962. *Economic Change in Rural India: Land Tenure and Reform in Uttar Pradesh, 1800-1955*. New Haven: Yale University Press.

Nehru, Jawaharlal. 1946/1992. *The Discovery of India*. Delhi: Oxford University Press.

Omvedt, Gail. 1976. *Cultural Revolt in a Colonial Society: The Non-Brahmin Movement in Western India-1873 to 1930*. Bombay: Scientific Socialist Education Trust.

Omvedt, Gail. 1994. *Dalits and the Democratic Revolution: Dr. Ambedkar and the Dalit Movement in Colonial India.* New Delhi: Sage Publications.

_____. 1995. *Dalit Visions: The Anti-caste Movement and the Construction of an Indian Identity.* New Hyderabad: Orient Longman Ltd.

Omvedt, Gail. 2008. *Seeking Begumpura: The Social Vision of Anti-caste Intellectuals.* New Delhi: Navayana.

Pai, Sudha. 2002. *Dalit Assertion and the Unfinished Democratic Revolution: The Bahujan Samaj Party in Uttar Pradesh.* New Delhi: Sage Publications.

Palshikar, Suhas. 2004. 'Revisiting State Level Politics', *Economic and Political Weekly,* XXXIX(14-15): 1477-80.

Pandian, M.S.S. 1996. 'Towards National-Popular: Notes on Self-Respecters Tamil', *Economic and Political Weekly,* 31(51): 3323-9.

Pimpley P.N. and S.K. Sharma. 1985. '"De-Sanskritization" of Untouchables: Arya Samaj Movement in Punjab', in P.N. Pimpley and S.K. Sharma (eds), *Struggle for Status,* pp. 86-101. Delhi: B.R. Publishing Corporation.

Planning Commission. 2008. *Eleventh Five Year Plan,* Volume 1. Available at http://planningcommission.nic.in/plans/planrel/fiveyr/11th/11_v1/11th_vol1.pdf, accessed on 20 October 2009.

Putnam, Robert D. 1993. *Making Democracy Work: Civic Traditions in Modern Italy.* Princeton: Princeton University Press.

Quigley, D. 1993. *The Interpretations of Caste.* Delhi: Oxford University Press.

Raheja, Gloria G. 1989. 'Centrality, Mutuality and Hierarchy: Shifting Aspects of Inter-caste Relationships in North India', *Contributions to Indian Sociology (n.s.),* 23(1): 79-101.

Rao, M.S.A. 1979. *Social Movements and Social Transformation: A Study of Two Backward Class Movements in India.* New Delhi, Macmillan Press.

Rudolph, Lloyd I. and Susanne H. Rudolph. 1967/1999. *The Modernity of Tradition: Political Development in India.* Hyderabad: Orient Longman Limited.

Rutten, Mario 2003. *Rural Capitalists in Asia: A Comparative Analysis on India, Indonesia, and Malaysia.* London: Routledge.

Saberwal S. 1976. *Mobile Men: Limits to Social Change in Urban India,* New Delhi: Vikas Publishing House.

Sahay, Gaurang R. 2004. 'Hierarchy, Difference and the Caste System: A Study of Rural Bihar', *Contributions to Indian Sociology (n.s.)*, 23(1&2): 113–36.

Shah, Ghanshyam. 1975. *Caste Associations and Political Process in Gujarat: A Study of Gujarat Kshatriya Sabha*. Bombay: Popular Prakashan.

_____ 2000. 'Hope and Despair: A Study of Untouchability and Atrocities in Gujarat', *Journal of Indian School of Political Economy*, XII(3-4): 459-72.

_____ 2001. 'Dalit Movements and Search for Identity', in G. Shah (ed.), *Dalit Identity and Politics*. New Delhi: Sage Publications.

_____ (ed.). 2002. *Caste and Democratic Politics in India*. Delhi: Permanent Black.

_____ 2004. *Social Movements in India: A Review of the Literature*. New Delhi: Sage Publications.

Shah, Ghanshyam, Harsh Mander, Sukhadeo Thorat, Satish Deshpande, and Amita Baviskar. 2006. *Untouchability in Rural India*. New Delhi: Sage Publications.

Sharma, Satish Kumar. 1985. *Social Movements and Social Change: Study of Arya Samaj and Untouchables in Punjab*. Delhi: B.R. Publications.

_____ (ed.). 1987. *Reform Protest and Social Transformation*. New Delhi: Ashish Publishing House.

Sharma, Ursula. 2002. *Caste*. New Delhi: Viva Books Private Limited.

Srinivas, M.N. (ed.) (1955) *India's Villages*. London: Asia Publishing House.

_____ 1959. 'The Dominant Caste in Rampura', *American Anthropologist*, 61: 1-16.

_____ 1962. *Caste in Modern India and Other Essays*. Bombay: Media Promoter and Publishers.

_____ 1966. *Social Change in Modern India*. Berkley: University of California Press.

_____ 1968. 'Mobility in the Caste System', in Milton Singer and Bernard S. Cohn (eds), *Structure and Change in Indian Society*. New York: Aldine.

_____ 1972. *Social Change in Modern India*. Berkeley: University of California Press.

_____. 1976. *The Remembered Village,* Delhi: Oxford University Press.

_____ (ed.). 1996. *Caste: Its Twentieth-century Avatar*. New Delhi:Viking.

Stern, R. W. 2001. *Democracy and Dictatorship in South Asia: Dominant Classes and Political Outcomes in India, Pakistan, and Bangladesh.* Cambridge: Cambridge University Press.

Tandon, Prakash. 1961. *Punjabi Century 1857-1947.* New York: Harcourt, Brace and World.

Thapar, Romila. 1975. *The Past and Prejudice.* New Delhi: National Book Trust.

Throat, Sukhadeo. 2009. *Dalits in India: Search for a Common Destiny.* New Delhi: Sage Publications.

Thorat, Sukhadeo and Chittaranjan Senapati. 2006. 'Reservation Policy in India-Dimensions and Issues', *IIDS Working Paper Series,* I(2), Indian Institute of Dalit Studies, New Delhi.

Thorner, D. 1956. *The Agrarian Prospects in India.* Delhi: University Press.

Wilkinson, T.S. and M.M. Thomas (eds). 1972. *Ambedkar and the Neo-Buddhist Movement.* Madras: Christian Literary Society.

Wiser, W.H. 1936/1969. *The Hindu Jajmani System.* Lucknow: Lucknow Publishing House.

_____. 2011a. *Perspectives on Poverty in India: Stylized Facts from Survey Data.* Washington DC: The World Bank.

World Bank. 2011b. *Poverty and Social Exclusion in India.* Washington DC:The World Bank.

Yadav, Y. 1999. 'Electoral Politics in the Time of Change: India's Third Electoral System, 1989-99', *Economic and Political Weekly,* 34(34-5): 2393-9.

Zelliot, E. 1970. 'Learning the Use of Political Means: The Mahars of Maharashtra', in R. Kothari (ed.), *Caste in Indian Politics.* New Delhi: Orient Longman.

_____ 1977. 'The Psychological Dimension of the Buddhist Movement in India', in G.A. Oddie (ed.), *Religion in South Asia: Religious Conversions and Revival Movements in South Asia in Medieval and Modern Times.* London: Curzon Press.

_____ 2001. *From Untouchable to Dalit: Essays on the Ambedkar Movement.* New Delhi: Manohar (Third Edition).

கலைச்சொற்கள்

அகமணம்	–	Endogamy
அட்டவணைச் சாதி	–	Scheduled caste
இனக்குழுச் சமூகம்	–	Ethnic community
இனவரைவியல்	–	Ethnography
இனவியம்	–	Ethnicity
ஒத்திசைவு	–	Consensus
ஒருபடித்தானது	–	Homogeneity
ஒன்றிணைந்த முறை	–	Unified system
கருத்தாக்கம்	–	Concept
கிடைமட்ட ஒருமைப்பாடு	–	Horizontal solidarity
கிராமக் குடியாட்சி	–	Village republic
குடிஊழிய முறை	–	Jajmani system
குடிமதிப்பு	–	Census
கூட்டமைப்பு	–	Federation
சமஸ்கிருதவயமாதல்	–	Sanskritization
சமூகத் தரவரிசை	–	Social rank
சமூக மானிடவியல்	–	Social anthropology
சமூக மூலதனம்	–	Social capital
சமூக விலக்கல்	–	Social exclusion
சீர்திருத்த இயக்கம்	–	Reformist movement

தனிவரைவு நூல்	–	Monograph
தாழ்த்தப்பட்ட வகுப்பு	–	Depressed class
தீண்டாமை	–	Untouchability
தேர்தல் கணிப்பியல்	–	Psephology
தோற்றத் தொன்மம்	–	Origin myth
நுண்ணுலகம்	–	Microcosm
பங்கேற்று உற்றுநோக்கல்	–	Participant observation
படிநிலை	–	Hierarchy
படிமலர்ச்சி	–	Evolution
பண்பாட்டு மூலதனம்	–	Cultural capital
மதிப்பாய்வு	–	Survey
மற்றமை	–	Other
மறுபங்கீடு	–	Redistribution
மறுபடைப்பாக்கம்	–	Replication
மாதிரி	–	Variable
முன்னாள் தீண்டத்தகாதார்	–	Ex - untouchable

காலச்சுவடு பப்ளிகேஷன்ஸ் (பி) லிட்.
Published by Kalachuvadu Publications (Pvt. Ltd.),
669, K.P. Road, Nagercoil 629001, India
Phone: 91-4652-278525
e-mail: publications@kalachuvadu.com

12/2022/S.No. 1100, kcp 4056, 16 (1) urss